വക്കീൽ കഥകൾ

Vakkeel Kadhakal
Stories

K K Ramesh

CHINTHA PUBLISHERS
Thiruvananthapuram

First Edition
July 2022

Published & Typesetting
Chintha Publishers, Thiruvananthapuram

Printed at
Print Express, Kochi

Cover Design
Vinod Mangoes

Illustration
Madanan, A.Sathyanath

ISBN : 978-93-94753-17-4

CO - 3133 / 6085

Email: chinthapublishers@gmail. com
Website: www. chinthapublishers. com

A version is available at National Libraries
Kolkata, Mumbai, Chennai and Delhi

Distribution
DESHABHIMANI BOOKHOUSE
H O Thiruvananthapuram 695035

Branch
Head Office Kunnukuzhi • Statue Thiruvananthapuram
KSRTC Bus Terminal Thampanoor • Saphalyam Complex Thiruvananthapuram
KSRTC Bus Station Alappuzha • KSRTC Bus Station Ernakulam
Machingal Lane Thrissur • IG Road Kozhikode
Mavoor Road Kozhikode • NGO Union Building Kannur
Central Bus Terminal Complex Thavakkara Kannur

വക്കീൽ കഥകൾ

കെ കെ രമേഷ്

ചിന്ത പബ്ലിഷേഴ്സ്
തിരുവനന്തപുരം-695 035

കെ കെ രമേഷ്

തലശ്ശേരിക്കടുത്ത് അണ്ടലൂർ സ്വദേശി. *അനിലയ്ക്കൊരു സമ്മാനം, ദൈവത്തിന്റെ തൂലിക, സോമാലിയ, ഹിന്ദോളം, ഇടപാടുകൾ കുഞ്ഞാമുഖേന മാത്രം, ന്യായാസനത്തിൽ ഉറുമ്പുകൾ, സായിലേക്കുള്ള വണ്ടി, കോടതി കഥകളും മറ്റും, പുതിയ നിയമം* എന്നീ കഥാ സമാഹാരങ്ങൾ പ്രസിദ്ധീകരിച്ചിട്ടുണ്ട്. *ന്യായാസനത്തിൽ ഉറുമ്പുകൾ* (ചിന്ത) 2010 ലെ അബുദാബി- ശക്തി അവാർഡ് നേടി. തലശ്ശേരി ബാറിൽ അഭിഭാഷകനായി ജോലി ചെയ്യുന്നു.

ഭാര്യ : ഡോ. ഷീല കിനാത്തി

വിലാസം : ആരാമം
പാലയാട് പി.ഒ,
തലശ്ശേരി-670661

ഫോൺ : 9446306632

ഉള്ളടക്കം

പ്രസാധകക്കുറിപ്പ്

ഓരോ തൊഴിൽമേഖലയും അനുഭവങ്ങളുടെ രത്നഖനികളാണ്. തന്റെ മുന്നിൽ പ്രത്യക്ഷമാകുന്ന ജീവിത സന്ദർഭങ്ങളെ സർഗ്ഗാത്മകമായി പുനഃസൃഷ്ടിക്കാൻ എല്ലാർക്കും കഴിയണമെന്നില്ല. ഒരു അഭിഭാഷകനായ കെ കെ രമേഷ് തന്റെ ജീവിതപരിസരത്തെ രസകരമായ അനുഭവങ്ങളാണ് കഥകളായി ഈ സമാഹാരത്തിൽ അവതരിപ്പിക്കുന്നത്. കോടതി വ്യവഹാരം എന്ന രാവണൻകോട്ടയിൽ നിന്നു പുറത്തുകടക്കാനാവാത്തവണ്ണം അകപ്പെട്ടുപോകുന്ന മനുഷ്യരെ കരകയറ്റുന്നതും വഴികാട്ടുന്നതും അഭിഭാഷകരാണ്. ഒറ്റയിരുപ്പിൽ വായിച്ചുപോകാവുന്ന രസകരമായ കഥകളാണ് *വക്കീൽ കഥകൾ;* ഇവ നിങ്ങൾക്കും ഇഷ്ടപ്പെടുമെന്ന വിശ്വാസത്തോടെ.

ചിന്ത പബ്ലിഷേഴ്സ്

മാഹിയെ കേരളത്തോട് ചേർക്കുക

എം മുകുന്ദനെന്ന കഥാകാരനെ കാണാൻ ആഗ്രഹിച്ചാണ് റൊണാൾഡ് മാഹിയിൽ പോയത്. ചെമ്പൻതൊട്ടിക്കാരനായ റൊണാൾഡിന് മാഹിയെക്കുറിച്ച് വലിയ ധാരണയൊന്നുമില്ല. കേരളത്തിലല്ലെന്നറിയാം. ചെമ്പൻതൊട്ടിയിൽനിന്നും തളിപ്പറമ്പിലേക്കുള്ള ബസിൽ കയറുക. അവിടെനിന്ന് കണ്ണൂരിലേക്കും, കണ്ണൂരിൽനിന്നും തലശ്ശേരിക്ക്. തലശ്ശേരിക്കടുത്താണ് മാഹി. മാഹിപ്പള്ളി സ്റ്റോപ്പിൽ ബസിറങ്ങി ഇടതുവശത്തുള്ള റോഡിലൂടെ നടന്നാൽ മതി. വഴി പറഞ്ഞു തന്നത് പൊതുജന വായനശാലയിലെ ലൈബ്രേറിയൻ വസന്തനാണ്.

'ഓട്ടോറിക്ഷാക്കാരന്റെ ഭാര്യ' എന്ന കഥ വായിച്ചപ്പോഴാണ് ഓട്ടോ ഡ്രൈവറായ റൊണാൾഡിന് മുകുന്ദേട്ടനെ കാണാനുള്ള ആവേശമുണർന്നത്. പിന്നീടത് അത്യാഗ്രഹമാവുകയും വസന്തനോട് കാര്യങ്ങൾ പറയുകയും ചെയ്തു.

ഓട്ടോറിക്ഷക്കാരന്റെ ഭാര്യ രാധിക തന്റെ ഭാര്യ ജസിക്കയാണെന്ന് തോന്നുകയും അത്ഭുതപരതന്ത്രനായി ആവേശത്തോടെ ഭാര്യക്ക് കഥ വായിച്ചു കൊടുക്കുകയും ചെയ്തു. റൊണാൾഡിന്റെ മടിയിൽ തലവെച്ച് കിടന്ന ജസിക്ക കഥയുടെ ഒഴുക്കിൽ ഒലിച്ചുപോയി. "ഇത് നമ്മുടെ കഥയാണല്ലോ റൊണേട്ടാ, സജീവാട്ടൻ തന്നെ" അവൾ സ്നേഹത്തോടെ റൊണാൾഡിന്റെ കവിളിൽ ഉമ്മവെച്ചു.

എങ്ങനെയെങ്കിലും മുകുന്ദേട്ടനെ കാണണം. ദൂരെ നിന്നുള്ള ദർശന സൗഭാഗ്യം ലഭിച്ചാൽ മതി.

അങ്ങനെയാണ് റൊണാൾഡ് മാഹിയിലെത്തിയത്. മാഹിപ്പാലം കടന്ന ഉടനെ റൊണാൾഡിനെ എതിരേറ്റത് ഇരുവശങ്ങളിലുള്ള മദ്യശാലകളാണ്. മാഹിയെന്നാൽ മദ്യശാലകളുടെ നഗരമെന്ന് ആരോ പറഞ്ഞത് അയാളുടെ മനസ്സിൽ തെളിഞ്ഞു. മുകുന്ദ ദർശനത്തിനുശേഷം

മടങ്ങുന്ന വഴി ഒന്ന് വീശണമെന്ന് തീരുമാനിക്കുകയും ചെയ്തു. പള്ളിക്കടുത്തു ബസിറങ്ങിയപ്പോൾ കൺമുന്നിൽ മദ്യഷാപ്പ്. കണ്ണാടിക്കൂട്ടിനുള്ളിൽ നിരത്തിവെച്ച കുപ്പികൾ തന്നെ കൈമാടി വിളിക്കുന്നു. തൊട്ടടുത്തുതന്നെ വിശുദ്ധ മാതാവിന്റെ പള്ളി. പെട്ടെന്ന് മനസ്സ് പിൻവലിഞ്ഞു.

ഇടതുവശത്തെ റോഡിലൂടെ നടന്നു, ഒരു വഴിയാത്രക്കാരനോട് ചോദിച്ച് വീട് കണ്ടുപിടിച്ചു. റോഡിൽനിന്നും വലത്തോട്ടുള്ള ഇറക്കത്തിലാണ് വീട്. വലത്തോട്ട് തിരിയുന്നിടത്തുള്ള മാവിൻചുവട്ടിൽ നിന്നാൽ

വീടിന്റെ പൂമുഖം വ്യക്തമായിക്കാണാം. അവൻ മാവിൻചുവട്ടിൽ മുകുന്ദേട്ടന്റെ വരവും പ്രതീക്ഷിച്ചു നിന്നു. രണ്ട് മണിക്കൂറോളം കാത്തുനിന്നപ്പോഴാണ് നരച്ച മുടിയുള്ള ഒരാൾ വാതിൽ തുറന്ന് പുറത്തേക്ക് വന്നത്. പുസ്തകത്തിന്റെ കവർ പേജിലെ ഫോട്ടോ മനസ്സിൽ തെളിഞ്ഞു. മുകുന്ദേട്ടൻ തന്നെ. വെള്ളയിൽ കറുപ്പ് വരകളുള്ള ലുങ്കിയും ബ്രൗൺ ഷർട്ടുമാണ് വേഷം. റൊണാൾഡിന്റെ മനസ്സാകെ സന്തോഷത്തിന്റെ പൂത്തിരി കത്തി. നിറകണ്ണുകളോടെ ആ പുണ്യ മനുഷ്യനെ നോക്കി നില്ക്കവെ മുകുന്ദേട്ടൻ വീട്ടിനുള്ളിലേക്ക് തിരിച്ചുപോയി. വാതിൽ അടഞ്ഞു. മനസ്സിൽ സന്തോഷം നുരഞ്ഞു പൊങ്ങി പതഞ്ഞൊഴുകി. നേരെ പോയത് അടുത്തുകണ്ട ബാറിലേക്കാണ്. മൂക്കറ്റം കുടിച്ചു. എങ്ങനെയോ നാലു കാലിൽ പാലത്തിനടുത്തെത്തി. പുഴയിൽനിന്നും മദ്യം പതഞ്ഞുയരുന്നു. കാപ്പി നിറത്തിലുള്ള പുഴ പാലത്തിന് മുകളിലൂടെ പതഞ്ഞൊഴുകുന്നു. മദ്യപ്പുഴയിൽ കൈകാലിട്ടടിച്ചുകൊണ്ട് എങ്ങനെയോ പാലം കടന്നു. പിന്നീടൊന്നും ഓർമ്മയില്ല. പറഞ്ഞു നിർത്തിയപ്പോൾ കിതച്ചുകൊണ്ട് അവൻ സമൺസ് എന്റെ നേരെ നീട്ടി.

"പിഴ അടയ്ക്കേണ്ടതായി വരും. അല്ലെങ്കിൽ ജാമ്യമെടുത്ത് കേസ് നടത്തണം" ഞാൻ പറഞ്ഞു.

"എത്രയാണ് വക്കീലെ പിഴ?"

"അയ്യായിരം രൂപ"

"അയ്യായിരമോ" അവൻ ഞെട്ടലോടെ ചോദിച്ചു.

"അതെ ഇനിയും സമയമുണ്ടല്ലോ. നീ പണമുണ്ടാക്കി രണ്ടാഴ്ച കഴിഞ്ഞ് വന്നോ."

രണ്ടാഴ്ച കഴിഞ്ഞ് കേസിന്റെ തീയതിക്ക് റൊണാൾഡ് വീണ്ടും വന്നു. കോടതിയിൽ ഹാജരായി പിഴ അടച്ചു.

കോടതിക്ക് പുറത്തു വന്നു കുറ്റപത്രം വിശദമായി വായിച്ചുനോക്കിയപ്പോൾ ഞാൻ പൊട്ടിച്ചിരിച്ചു പോയി.

"മാഹിപ്പാലത്തിന് സമീപത്തുള്ള റോഡ് ജങ്ഷനിൽ വെച്ച് മദ്യപിച്ച് ബഹളമുണ്ടാക്കുകയും, മാഹിയെ കേരളത്തോട് ചേർക്കണമെന്ന് ആക്രോശിച്ച് ഒച്ചവെച്ചുകൊണ്ട് പൊതുജനങ്ങൾക്ക് ശല്യമുണ്ടാക്കുന്ന രീതിയിൽ പെരുമാറി" എന്നാണ് കുറ്റപത്രത്തിൽ പറഞ്ഞിട്ടുള്ളത്.

"അതെന്തിനാടോ മാഹിയെ കേരളത്തോട് ചേർക്കുന്നത്?" ഞാൻ തമാശയോടെ റൊണാൾഡിനോട് ചോദിച്ചു.

"മാഹി പോണ്ടിച്ചേരിയിലാണെന്നാണ് വസന്തൻ പറഞ്ഞത്. മുകുന്ദേട്ടനെ നമുക്ക് വേണം." അവൻ ചിരിച്ചുകൊണ്ട് പറഞ്ഞു.

അപർണ്ണാരാജിന്റെ ആത്മഹത്യ

ഓടിക്കിതച്ച് കോടതിയിലെത്തുമ്പോഴേക്കും വർമ്മ ജഡ്ജിയുടെ കോടതിയിൽ കേസുകൾ വിളിച്ചുതുടങ്ങിയിരുന്നു. ബെഞ്ച് ക്ലർക്ക് നരേന്ദ്രൻ പ്രതികളുടെ പേരുകൾ വിളിക്കുന്ന ശബ്ദം വ്യക്തമായി കേൾക്കാം. വരാന്തയിൽ തിങ്ങിനിറഞ്ഞ ആൾക്കൂട്ടത്തിനിടയിലൂടെ വഴിയൊരുക്കി അകത്തേക്ക് കടന്നു. സുമുഖനായ വർമ്മ ജഡ്ജ് ഉയരമുള്ള ഡയസിലിരുന്ന് എന്തോ എഴുതുകയാണ്. ഡയസിന് താഴെയുള്ള മേശപ്പുറത്തു നിരത്തിവെച്ച ഫയലുകൾക്കുമുന്നിൽ ഒരു കാവൽക്കാരനെപ്പോലെ നരേന്ദ്രൻ അടുത്ത കേസ് വിളിക്കുന്നതിനായി കാത്തുനില്ക്കുന്നു. ശ്വാസമിടിപ്പ് നിയന്ത്രിച്ചുകൊണ്ട് പിൻനിരയിലെ ചാരുബെഞ്ചിൽ ലിസി ജോർജ്ജിന്റെ അരികിലിരുന്നു. തന്റെ കേസ് വിളിച്ചിട്ടില്ലെന്ന് അവൾ ആംഗ്യഭാഷയിൽ അറിയിച്ചപ്പോൾ സമാധാനമായി.

കൃത്യം 11 മണിക്ക് ഡയസിലേക്ക് വരുന്ന ജഡ്ജിയാണ് വർമ്മ. ആദ്യം സെക്ഷൻസ് കേസുകളാണ് വിളിക്കുക. കൊലപാതകക്കേസുകളിലേയും മറ്റും പ്രതികൾ കൂട്ടിലേക്ക് കയറുമ്പോൾ കട്ടിക്കണ്ണടയുടെ ഗ്ലാസിലൂടെ ജഡ്ജി അവരുടെ ഓരോ ചലനങ്ങളും വീക്ഷിക്കും. ഷർട്ടിന്റെ ബട്ടൺസ് ഇട്ടില്ലെങ്കിൽ, കൃത്യമായി മുടി ചീകിയൊതുക്കിയില്ലെങ്കിൽ, കൂട്ടിനുള്ളിൽ നിവർന്നു നിന്നില്ലെങ്കിൽ ജഡ്ജിയുടെ ശാസനം ഉറപ്പാണ്. അതിനാൽ വക്കീലന്മാർ വർമ്മ ജഡ്ജിയുടെ കോടതിയിൽ ഹാജരാകുന്ന പ്രതികൾക്ക് പ്രത്യേക നിർദ്ദേശംകൊടുക്കുക പതിവാണ്.

“മി. സുധീർ, യുവർ അക്യൂസ്ഡ് ഈസ് ഇൻ ലുങ്കി. ആസ്ക് ഹിം ടു എപ്പിയർ ബിഫോർ ദ കോർട്ട് ഇൻ പ്രോപ്പർ ഡ്രസ്.”[1]

സുധീർ വക്കീൽ തിരിഞ്ഞ് നോക്കുമ്പോൾ പുറകിലെ പ്രതിക്കൂ

ട്ടിൽ വളിച്ച ചിരിയോടെ നില്ക്കുന്ന കാവി മുണ്ടണിഞ്ഞ പ്രതി.

പ്രതി ധരിച്ചിട്ടുള്ളത് ലുങ്കിയല്ല, ഈ പ്രദേശത്തുകാർ ധരിക്കുന്ന കാവിമുണ്ടാണ് എന്ന് ബോദ്ധ്യപ്പെടുത്താനൊന്നും സുധീർ വക്കീൽ ശ്രമിച്ചില്ല. തിരുവായ്ക്കെതിർവായില്ലാതെ ജഡ്ജിയെ മുഷിപ്പിക്കേണ്ടെന്ന് കരുതി അയാൾ പറഞ്ഞു. "സോറി യുവർഓണർ. ഐ വിൽ ആസ്ക് ഹിം ടു ഡ്രസ് പ്രോപ്പർലി."[2]

പ്രതികളെല്ലാം കേൾക്കാൻ വേണ്ടി ജഡ്ജ് മലയാളത്തിൽ പറഞ്ഞു. "ഇത് കോടതിയാണ്. ചന്തയല്ല. മാന്യമായിട്ടുള്ള പെരുമാറ്റവും വേഷവിധാനവും കോടതിയിൽ ഇല്ലെങ്കിൽ മറ്റെവിടെയാണ് ഉണ്ടാവുക. നമ്മൾ മലയാളികൾ ഒരു ഡിസിപ്ലിനും പാലിക്കുന്നില്ല. എവിടെയും കാർക്കിച്ച് തുപ്പുന്നതിനും മൂത്രമൊഴിക്കുന്നതിനും ഒരു വിവേചനവുമില്ല. ഒരു ദിവസം ഞാൻ നേരിൽക്കണ്ടതാണ് കോടതി കോമ്പൗണ്ടിൽ മുണ്ടും പൊക്കിപ്പിടിച്ച് മൂത്രമൊഴിക്കുന്ന ഒരു വിദ്വാനെ.........."

സുധീർ വക്കീലിന് കുടുംബക്കോടതിയിൽ പോകാനുള്ള ധൃതിയുണ്ടായിട്ടും പത്ത് മിനിട്ടോളം ജഡ്ജിയുടെ പ്രഭാഷണം കേട്ട് നില്ക്കേണ്ടി വന്നു. ഇടയ്ക്കിടെ ജഡ്ജിയെ പ്രീതിപ്പെടുത്താൻ "യെസ്, യെസ്" എന്ന് മൂളിക്കൊണ്ടുമിരുന്നു. തനിക്കനുകൂലമായ വിധി ലഭിക്കാനായി ഏറാൻ മൂളികളായി മാറുന്നവരാണ് പല അഭിഭാഷകരും.

രാജേന്ദ്ര സുധീന്ദ്രവർമ്മയെന്നാണ് ജഡ്ജിയുടെ മുഴുവൻ പേർ. അച്ഛൻ സുധീന്ദ്രവർമ്മ ഹൈക്കോടതി ജഡ്ജിയായിരുന്നു. വല്യച്ഛൻ മജിസ്ട്രേറ്റായി വിരമിച്ചയാളാണ്. പരമ്പരാഗതമായി ഒരു ജഡ്ജി കുടുംബം. വർമ്മ ജഡ്ജി ചാർജ്ജെടുത്തിട്ട് രണ്ടാഴ്ച മാത്രമേ ആയിട്ടുള്ളുവെങ്കിലും ജഡ്ജിയെക്കുറിച്ചുള്ള വിവരങ്ങളെല്ലാം നേരത്തെ തന്നെ ബാർ അസോസിയേഷനിൽ എത്തുകയും ചർച്ചാവിഷയമാവുകയും ചെയ്തിരുന്നു. തൃശ്ശൂരിലെ പഴയൊരു രാജകുടുംബത്തിലെ അംഗം. കർക്കശമായ പെരുമാറ്റം. കൃത്യനിഷ്ഠ. അച്ഛൻ ജഡ്ജിയെപ്പോലെ പഴയ പ്രതാപങ്ങളെല്ലാം അയവിറുക്കിക്കൊണ്ട് നഷ്ടപ്പെട്ട സിംഹാസനം വീണ്ടെടുത്ത അവസ്ഥയിലായിരുന്നു കോടതിഭരണം. ആദ്യത്തെ സിറ്റിങ് ദിവസം തന്നെ അതെല്ലാവർക്കും മനസ്സിലാവുകയും ചെയ്തു. ദഫേദാർ കരുണൻ യൂണിഫോമിൽ പ്രത്യക്ഷപ്പെട്ടിരിക്കുന്നു. സാധാരണ പ്രിൻസിപ്പൽ കോടതിയിലെ ദഫേദാറും ചീഫ് ജുഡീഷ്യൻ മജിസ്ട്രേട്ട് കോടതിയിലെ ദഫേദാറുമാണ് യൂണിഫോമിൽ കാണപ്പെട്ടിരുന്നത്. ഇപ്പോഴിതാ അഡീഷണൽ ജില്ലാ കോടതിയിൽ ചുളിഞ്ഞ ഷർട്ടും മുണ്ടുമണിഞ്ഞു വരാറുള്ള കരുണൻ ഇസ്തിരിയിട്ട് മിനുക്കിയ വെളുത്ത പാന്റും ഷർട്ടുമണിഞ്ഞ് തലയിൽ ചന്ദ്രബോസ് തൊപ്പിയും മാറിലും അരയിലും ചുവന്ന പട്ടയുമണിഞ്ഞു സ്റ്റെഡിവടിയായി ഡയസിനരികെ നില്ക്കുന്നു.

ബ്രിട്ടീഷുകാർ നിർമ്മിച്ച കോടതിക്കെട്ടിടം. ഉയരമുള്ള കെട്ടിടത്തിന് ഓട്പാകിയ മേല്പുര. അകത്തളത്തിലേക്ക് വെളിച്ചം പകരുന്നതിനായി മേന്മയേറിയ വിവിധ വർണ്ണങ്ങളിലുള്ള ഗ്ലാസുകൾ ഘടിപ്പിച്ച ചില്ലുവാ

തിലുകൾ. വീട്ടിയിൽ കടഞ്ഞെടുത്ത ന്യായാസനം. ചുറ്റിലും ചുവപ്പ് തുണികൊണ്ട് അലങ്കരിച്ച ചതുഷ്കയിൽ ഉയർന്നുനില്ക്കുന്ന ഡയസ്. ഒരു സിംഹാസനത്തിലെന്നപോലെ വർമ്മ ജഡ്ജി ന്യായാസനത്തിലിരുന്നു കൊണ്ട് വിധി കല്പിക്കുന്നു.

"ഇത് കോടതിയാണ്. ഷർട്ടിന്റെ ബട്ടണിടൂ മിസ്റ്റർ." ജഡ്ജിയുടെ കല്പനയിൽ ഞാൻ പെട്ടെന്ന് ഞെട്ടിയുണർന്നു. പ്രതിക്കൂട്ടിൽ പരിഭ്രാന്തിയോടെ ബട്ടണിടാൻ ശ്രമിക്കുന്ന മദ്ധ്യവയസ്കനെ നോക്കി ജഡ്ജി പറഞ്ഞു:

"എത്ര നേരമായെടോ താൻ ബട്ടണിടാൻ ശ്രമിക്കുന്നത്. ഇങ്ങോട്ട് വരൂ! ഞാൻ ബട്ടണിട്ട് തരണോ?"

കറുത്ത നെഞ്ചിൽ എഴുന്നുനില്ക്കുന്ന വാരിയെല്ലുകൾ. ചുളിഞ്ഞ വെള്ള ഷർട്ടിൽ പൂവുകൾ കൊഴിഞ്ഞുപോയ ചെടിത്തണ്ട് പോലെ ഉയർന്നുനില്ക്കുന്ന നൂലിഴകൾ.

ബട്ടൺസ് കൊഴിഞ്ഞുപോയ ഷർട്ടിലേക്ക് നോക്കി ക്രോധമടക്കിക്കൊണ്ട് ജഡ്ജി പറഞ്ഞു:

"അവിടെ പോയി നില്ക്കൂ, അടുത്ത പ്രാവശ്യം വരുമ്പോൾ ഇങ്ങനെയാവരുത്." പ്രതി നമസ്കരിച്ചുകൊണ്ട് കൂട്ടിനുള്ളിലേക്ക് മടങ്ങി.

ഞാൻ പതുക്കെ തല പുറകിലേക്ക് തിരിച്ച് എന്റെ പ്രതിയെ തിരഞ്ഞു. തെക്ക് വശത്ത്, മൂലയിൽ താടിക്ക് കൈയും കൊടുത്ത് ചുമരിൽ ചാരി നില്ക്കുന്നു. ഇവനെന്തിനാണാവോ താടിതാങ്ങി നില്ക്കുന്നത്? ഇത് കണ്ടാൽ ജഡ്ജ് ചോദിക്കും "എന്താ ചിന്തകാ ചിന്തിച്ച് തീർന്നില്ലേയെന്ന്." നൈമിഷികമായ വികാരാഗ്നിയെ കീഴടക്കാൻ ശ്രമിച്ച തന്നെ ഇവിടേക്ക് നയിച്ച വിധിയുടെ ക്രൂരവിനോദത്തെപ്പറ്റി ചിന്തിച്ചതാകാം. അല്ലെങ്കിൽ ഒരുവേള ന്യായാധിപന്റെ ക്രീഡകളിൽ ലയിച്ചുപോയതുകൊണ്ടുമാകാം. ഏതായാലും അവനെ ചിന്താമണ്ഡലത്തിൽ നിന്നുമുണർത്തിയില്ലെങ്കിൽ പഴി കേൾക്കേണ്ടി വരുമെന്നതിനാൽ ഞാൻ ആംഗ്യഭാഷയിൽ കാര്യം ധരിപ്പിച്ചപ്പോൾ അവൻ ഞെട്ടിയുണർന്നു കൈകൾ താഴ്ത്തിയിട്ടു അറ്റൻഷനായി നിന്നു.

"യെസ് യുവർ നെയിം"[3] പെട്ടെന്ന് ജഡ്ജിയുടെ ശബ്ദമുയർന്നപ്പോൾ ലിസി ജോർജ്ജ് എന്റെ കൈത്തണ്ടയിൽ തോണ്ടി.

"യെസ് യുവർ നെയിം"[4] ജഡ്ജി എന്റെ നേരെ വിരൽചൂണ്ടി.

"ആലിസ് കുര്യൻ"

"ആലിസ്, ദിസ് ഈസ് നോട്ട് എ വണ്ടർലാന്റ്, വാട്ട് ആർ യു ഡൂയിങ് ദേർ, അയാം വാച്ചിങ് യു സം ടൈം"[5]

"അയാം സോറി യുവറോണർ"[6] പതുങ്ങിയ ശബ്ദത്തിൽ പറഞ്ഞു.

"ഡോൺട് റിപ്പീറ്റ് ഇറ്റ്"[7]

എന്തോ ഭാഗ്യത്തിന് ജഡ്ജ് കൂടുതലായൊന്നും സംസാരിച്ചില്ല.

കോടതിച്ചുമരിലെ ക്ലോക്കിൽ സമയം 12 മണി. ഒരു പുരാവസ്തു പോലെ ഗ്ലാസ് കൂട്ടിനുള്ളിൽ ചലനമില്ലാതെ കിടന്നിരുന്ന ക്ലോക്ക് ചലി

ച്ചുതുടങ്ങിയിരിക്കുന്നു. കൂടുതൽ ശ്രദ്ധിച്ചപ്പോൾ മനസ്സിലായി പഴയ ജപ്പാൻ ക്ലോക്ക് മാറ്റി പുതിയ സയന്റിഫിക് ക്ലോക്ക് സ്ഥാപിച്ചിരിക്കയാണ്.

കേസുകൾ വിചാരണ ചെയ്യപ്പെടുകയും മാറ്റിവെക്കപ്പെടുകയും ചെയ്തുകൊണ്ടിരുന്നു. ജഡ്ജിയുടെ പരുക്കൻ ശബ്ദം ഇടയ്ക്കിടെ മുഴങ്ങിക്കൊണ്ടിരിക്കവെ പെട്ടെന്ന് നടപടിക്രമങ്ങളെല്ലാം നിർത്തിവെച്ചു ജഡ്ജി ഡയസിൽനിന്നും ഇറങ്ങുന്നതാണ് കണ്ടത്. ക്ലോക്കിൽ സമയം കൃത്യം $1^1/2$ മണി.

പുറത്തെ വാതിലിന് സമീപം ജഡ്ജിയേയും കാത്തുനില്ക്കുന്ന ഡ്രൈവർ സദുവിനെ കണ്ടപ്പോൾ പെട്ടെന്ന് തിരിച്ചറിയാനായില്ല. സാധാരണ മുണ്ടിൽ വരാറുള്ള സദു വെളുത്ത പാന്റും ഷർട്ടും നേവി തൊപ്പിയും ധരിച്ച് ജാഗ്രതയോടെ നില്ക്കുന്നു.

ജഡ്ജിയുടെ നടപടിക്രമങ്ങൾ വക്കീലന്മാർക്കിടയിൽ ചർച്ചാവിഷയമായിരിക്കുന്നു. ഇപ്പോൾ എല്ലാ കാര്യത്തിനും കൃത്യനിഷ്ഠയുണ്ടെന്നും ജഡ്ജിയായാൽ ഇങ്ങനെയിരിക്കണമെന്നും ചില വക്കീലന്മാർ. പക്ഷേ, ഭൂരിപക്ഷം വക്കീലന്മാരും എതിർപ്പ് പ്രകടിപ്പിച്ചു.

“ഇതെന്താ ക്ലാസ് മുറിയാണോ, ഇയാൾ ഞങ്ങളെ പഠിപ്പിക്കാൻ”

കോടതിക്ക് വെളിയിൽ വന്നപ്പോൾ അലക്സ് വക്കീൽ പൊട്ടിത്തെറിച്ചു. അയാളുടെ കേസിൽ ക്രോസ് വിസ്താരം തുടരവെ ജഡ്ജ് ഇടപെട്ടതാണ് പ്രശ്നം. സീനിയർ വക്കീലാണ് അലക്സ്. ധാരാളം കേസുകൾ നടത്തി പരിചയമുള്ള ആൾ. ജഡ്ജിയുടെ ഇടപെടൽ അസഹ്യമായപ്പോൾ “ഞാൻ ഇനി ചോദിക്കുന്നില്ല” എന്നുപറഞ്ഞ് അയാൾ കസേലയിൽ ഇരുന്നു. തുടർന്ന് തെളിവ് നിയമത്തിലെ വകുപ്പുകൾ വ്യാഖ്യാനിച്ചുകൊണ്ട് ജഡ്ജിയുടെ അരമണിക്കൂർ നീണ്ടുനിന്ന പ്രസംഗം. തന്നെ കൊച്ചാക്കേണ്ട എന്ന ഭാവത്തിൽ അലക്സ് മിണ്ടാതിരുന്നു.

“അനാവശ്യ ചോദ്യങ്ങൾ ഞാൻ അനുവദിക്കില്ല. പുട്ട് റലവന്റ് ക്വസ്റ്റൻസ് ഓൺലി”[8] ജഡ്ജ് തന്റെ തീരുമാനത്തിൽ ഉറച്ചുനിന്നു.

ക്രോസ് വിസ്താരത്തിലും ക്രിമിനൽ കേസ് നടത്തുന്നതിലും പേര് കേട്ട അലക്സ് വക്കീൽ അപമാനിക്കപ്പെട്ടുവെന്നും അയാളുടെ അറിവില്ലായ്മയെ ജഡ്ജ് ചോദ്യം ചെയ്തുവെന്നും അലക്സിന്റെ വളർച്ചയിൽ അസൂയ പൂണ്ട വക്കീലന്മാർ പറഞ്ഞുപരത്തി. അലക്സ്, ബാർ അസോസിയേഷൻ മുൻപാകെ പരാതിപ്പെട്ടെങ്കിലും, കോടതിയിൽ കേസുകളൊന്നും നടത്താതെ എപ്പോഴും പ്രസിഡന്റ് പദവി ആർഭാടമായി കൊണ്ടു നടക്കുന്ന വികാസ് വക്കീൽ കാര്യമായി നടപടിയൊന്നും സ്വീകരിച്ചില്ല.

“ഇത് കോടതിയാണ്.”

ജഡ്ജിയുടെ നാവിൻതുമ്പിൽനിന്നും സ്ഥിരമായി കേൾക്കുന്ന വാക്കുകൾ പ്രസരിച്ച് തുടങ്ങിയിരിക്കുന്നു. ഉച്ചയ്ക്കുശേഷം കേസിന്റെ വിചാരണ ആരംഭിച്ചിരിക്കുന്നു.

പ്രതിഭാഗം വക്കീൽ അമീർ അലിയോട് ജഡ്ജി കർക്കശമായ സ്വരത്തിൽ പറഞ്ഞു.

"യുവർ ഡ്യൂട്ടി ഈസ് ടു ബ്രിങ് ഔട്ട് ട്രൂത്ത് ബിഫോർ ദ കോർട്ട്"[9]

"നോ, യുവറോണർ മൈ ഡ്യൂട്ടി ഈസ് ടു ഡിഫൻട് മൈ ക്ലൈന്റ് ദാറ്റ് ഈസ് ദ ഡ്യൂട്ടി ഓഫ് ദ പൊലീസ്"[10]

സത്യം പുറത്തുകൊണ്ട് വരികയാണോ അഭിഭാഷകന്റെ ജോലി? എന്റെ ചിന്തകൾക്ക് പെട്ടെന്ന് തീപിടിച്ചു. അങ്ങനെയാണെങ്കിൽ പല പ്രതികളും ശിക്ഷിക്കപ്പെടുകയില്ലേ? തന്റെ കക്ഷിയാണ് ശരിയെന്നും തന്റെ കക്ഷി കുറ്റമൊന്നും ചെയ്തിട്ടില്ലെന്നും സ്ഥാപിച്ചെടുക്കുകയാണ് അഭിഭാഷക ധർമ്മം.

ജഡ്ജി പറഞ്ഞതിന്റെ പൊള്ളത്തരമോർത്ത് എനിക്ക് ചിരി വന്നു. താനാണ് ശരിയെന്നും കോടതി തന്റെ അധീനതയിലുള്ള സാമ്രാജ്യമാണെന്നും കരുതുന്ന ജഡ്ജി തന്റെ നാവിൻനിന്നും അറിയാതെ വീണുപോയ വാക്കുകളിൽ പിടിച്ചു നില്ക്കാതെ അമീർ അലിയോട് പറഞ്ഞു.

"യു പ്രൊസീഡ്"[11]

അഭിഭാഷകരുടെ ഇടയിൽ നട്ടെല്ലുള്ള അമീർ അലിയെ ഞങ്ങൾക്കെല്ലാം ബഹുമാനമാണ്. കാര്യങ്ങൾ കോടതിയെ ധരിപ്പിക്കുന്നതിൽ അസാമാന്യ കഴിവുള്ള അഭിഭാഷകൻ. തനിക്ക് പറയേണ്ടുന്ന കാര്യങ്ങൾ വെട്ടിത്തുറന്ന് പറയുന്നതിൽ അദ്ദേഹം ആരേയും ഭയപ്പെട്ടിരുന്നില്ല.

വർമ്മ ജഡ്ജിയുടെ കോടതിയിൽ കേസുകൾക്കൊപ്പം അഭിഭാഷകരും വിചാരണ ചെയ്യപ്പെട്ടുകൊണ്ടിരിക്കവെ ഒരുദിവസം മുക്ത എന്ന ജൂനിയർ ലായർ കരഞ്ഞുകൊണ്ട് വനിതാ അഭിഭാഷകർ ഇരിക്കാറുള്ള മുറിയിലേക്ക് വന്നു. സീനിയർ അഭിഭാഷകനായ ഡേവിഡ് വക്കീലിന്റെ ജൂനിയറാണ് മുക്ത.

"എന്താണ് മുക്ത എന്താണ്?" ഞാൻ പരിഭ്രാന്തിയോടെ ചോദിച്ചു.

അവൾ ഒന്നും മിണ്ടാതെ തേങ്ങിക്കൊണ്ടിരുന്നു. വീണ്ടും വീണ്ടും ചോദിച്ചപ്പോൾ അവൾ പറഞ്ഞു: "ഇനി ഞാൻ ആ കോടതിയിൽ പോകില്ല."

"ഏത് കോടതി."

"വർമ്മയുടെ കോടതി."

അപ്പോൾ എനിക്ക് കാര്യം പിടികിട്ടി. ജഡ്ജി എന്തെങ്കിലും പറഞ്ഞു കാണും. തൊട്ടാവാടിയാണ് മുക്ത.

"നീയൊരു വക്കീലല്ലേ, സീനിയർമാരോടുപോലും ജഡ്ജി പറയാറുണ്ടല്ലോ. എന്താ നിന്നോട് പറഞ്ഞത്?"

"കേസ് പഠിക്കാതെ എന്തിനാണ് കോടതിയിൽ വരുന്നതെന്ന്?"

"അതെന്താ നീ കേസ് ഫയൽ വായിച്ചു നോക്കിയിരുന്നില്ലേ?"

അവൾ മറുപടിയോന്നും പറഞ്ഞില്ല

ജഡ്ജിയെ കുറ്റം പറഞ്ഞിട്ട് കാര്യമില്ല. പല ജൂനിയർ വക്കീലന്മാരും കേസ് ഫയലുകൾ തുറന്നുനോക്കാറില്ല. മേ ബി ടു എനതർ ഡേ[12] എന്ന

വാചകത്തിന്റെ ബലത്തിൽ വർഷങ്ങളായി സീനിയർ വക്കീലിന്റെ ഫയൽ ചുമട്ടുകാരായി കോടതി കയറിയിറങ്ങുന്നവർ. എന്തു തന്നെയായാലും പുതുതായി വരുന്ന ജൂനിയർമാരോടുള്ള പരുഷ വചനങ്ങൾ ജഡ്ജിക്ക് ഒഴിവാക്കാമായിരുന്നു.

പക്ഷേ, ഇത്തരം കാര്യങ്ങളിലൊന്നും ജഡ്ജി ഒരു വിട്ടുവീഴ്ചയ്ക്കും തയ്യാറായിരുന്നില്ല. തന്റെ കോടതിയിൽ വരുന്നവർ കേസ് കാര്യങ്ങൾ പഠിച്ചിട്ട് മാത്രം വന്നാൽ മതി എന്നുള്ള കാര്യം ജഡ്ജി പലതവണ പറഞ്ഞിട്ടുള്ളതുമാണ്. അതുകൊണ്ടുതന്നെ മറ്റ് വക്കീലന്മാർ മറ്റുള്ളവരുടെ ഫയലുകൾ ഏറ്റെടുക്കാറുമില്ല. ഇങ്ങനെയൊക്കെയായിരുന്നുവെങ്കിലും, കോടതിയിൽ സിംഹഗർജ്ജനം മുഴക്കുന്ന വർമ്മ ജഡ്ജി കോടതിക്ക് വെളിയിൽ പൂച്ചയായിരുന്നു.

സൗമ്യശീലമുള്ള പെരുമാറ്റം. വഴിയിൽ കണ്ടാൽ എല്ലാവരോടും ചിരിക്കും. കോടതിയിൽ നടക്കുന്ന പൊതുപരിപാടികളിലും ആഘോഷങ്ങളിലും ജഡ്ജിയുടെ സജീവ സാന്നിദ്ധ്യമുണ്ടാവാറുണ്ട്. അപ്പോഴൊക്കെയും വക്കീലന്മാർ അദ്ദേഹവുമായി ഇടപെടുന്നതിന് ഏറെ താല്പര്യം കാണിക്കാറുമുണ്ട്.

കോടതി കോമ്പൗണ്ടിനുള്ളിലെ കൊന്നമരം പൂത്താലാണ് വേനലവധിയായെന്ന് ഞങ്ങളറിയുന്നത്. പലപ്പോഴും കേസുകെട്ടുകൾക്കിടയിൽ പെട്ടും, കേസ് നീട്ടിവെക്കലിലൂടെയും, വിചാരണകൾക്കടിമപ്പെട്ടും വർഷങ്ങൾ കൊഴിഞ്ഞുപോകുന്നത് അറിയാറില്ല. മൂന്ന് വർഷങ്ങൾ എത്ര വേഗത്തിലാണ് കടന്നുപോയത്. ആ വർഷം കൊന്നമരം പൂത്തപ്പോൾ വർമ്മ ജഡ്ജി തെക്കൻ പ്രദേശത്തെവിടേക്കോ സ്ഥലംമാറിപ്പോവുകയും ചെയ്തു.

* * * * * * * * *

വേനലവധിക്കാലം.

തീപിടിച്ച മെയ്മാസത്തിലൊരു ദിവസമാണ് അനുപമയുടെ വാട്ട്സ് ആപ് സന്ദേശം ലഭിച്ചത്. അഡീഷണൽ കോടതിയിലെ കോൺഫിഡൻഷ്യൽ അസിസ്റ്റന്റ് അപർണ്ണ രാജ് ആത്മഹത്യ ചെയ്തുവെന്ന്.

അപർണ്ണയുടെ മുഖം പെട്ടെന്ന് ഓർമ്മയിൽ തെളിഞ്ഞു. വർമ്മ ജഡ്ജിയുടെ കോടതിയിലെ ടൈപ്പിസ്റ്റ്. വിശ്വാസപൂർവ്വം ജഡ്ജിയെ പരിചരിക്കേണ്ടവൾ. കോൺഫിഡൻഷ്യൽ അസിസ്റ്റന്റിന് ജഡ്ജിയുടെ ചേമ്പറിന് പുറത്ത് പ്രത്യേക മുറിയും കംപ്യൂട്ടർ സംവിധാനവുമുണ്ട്.

"അപർണ്ണയ്ക്ക് എന്താണ് സംഭവിച്ചത്? വർമ്മ ജഡ്ജിയുടെ ജഡ്ജ്മെന്റ് വല്ലതും പുറത്തായോ? ജഡ്ജി ശാസിക്കുകയോ, മേൽഘടകത്തിൽ പരാതിപ്പെടുകയോ ഉണ്ടായോ?"

"ഇല്ല ഒന്നുമറിയില്ല" എന്നുപറഞ്ഞ് അനുപമ ഫോൺ താഴെവെച്ചു.

സുന്ദരിയായ അപർണ്ണയ്ക്ക് 30, 35 വയസ്സ് പ്രായം കാണും. കാന്റീനിൽവെച്ച് പലപ്പോഴും കാണാറുണ്ട്. അപ്പോഴൊക്കെ ചിരിച്ച് കുശലം

പറയുന്നവൾ. പി ഡബ്ല്യൂ ഉദ്യോഗസ്ഥനായ ഭർത്താവ് രാജീവനേയും അറിയാം. രണ്ട് കുട്ടികളുണ്ട്. ആറും എട്ടും വയസ്സുള്ള രണ്ട് കുട്ടികളുടെ സ്ഥിതിയോർത്ത് കഷ്ടം തോന്നി. രാജീവന്റെ പീഡനംമൂലം മറ്റുമായിരിക്കുമോ അവൾ ആത്മഹത്യ ചെയ്തത്?!

അപർണ്ണയുടെ ആത്മഹത്യ മനസ്സിന്റെ ഉള്ളറകളിലെവിടെയോ ശൂന്യത സൃഷ്ടിക്കുന്നു. ജീവിതത്തിന്റെ അനിശ്ചിതത്വത്തെക്കുറിച്ചുള്ള തോന്നലുകൾ കറുത്ത ചിറകുള്ള വവ്വാലുകളായി പറക്കുന്നു. ആത്മഹത്യക്കുവേണ്ടി അപർണ്ണ തെരഞ്ഞെടുത്ത മാർഗ്ഗമെന്തായിരുന്നു. പരിഭ്രമത്തിനിടയിൽ അനുപമയോട് ചോദിക്കാൻ മറന്നുപോയിരുന്നു.

വീണ്ടും വാട്ട്സ് ആപ്പിൽ സന്ദേശങ്ങൾ കണ്ണുനീർതുള്ളികളെപ്പോലെ ഇറ്റുവീണുകൊണ്ടിരുന്നു. "അപർണ്ണ കമ്മിറ്റഡ് സൂയിസയിഡ്" "അപർണ്ണ പാസ്ഡ് എവെ," "അപർണ്ണ ബിഡ് ഫാർവെൽ"[13] കണ്ണുനീർതുള്ളികൾക്കൊണ്ട് മൊബൈൽ ഫോൺ നിറഞ്ഞു കവിഞ്ഞിരിക്കുന്നു.

എന്തിനാണ് പെണ്ണേ നീയിത് ചെയ്തത്. നിന്റെ മനസ്സിന് ഇറക്കിവെക്കാൻ പറ്റാത്ത കാര്യം എന്തായിരുന്നു. പെട്ടെന്നാണ് അമ്മാവന്റെ മകൾ ജനിതയുടെ മുഖം മനസ്സിൽ തെളിഞ്ഞത്. അവളുടെ വീട്ടിനടുത്താണ് അപർണ്ണയുടെ വീട്. ജനിതയുടെ ഫോൺ നമ്പർ ഓർമ്മയിൽ നിന്ന് മാഞ്ഞുപോവുകയും പിന്നീട് തെളിയുകയും ചെയ്തു. മറുതലയ്ക്ക് ഒഴുകി വന്ന മനോഹരഗാനം അലോസരപ്പെടുത്തുന്നു.

"ജനിത, അപർണ്ണക്കെന്താണ് പറ്റിയത്?"

"അവൾ കിണറ്റിൽ ചാടി ആത്മഹത്യ ചെയ്തു." ജനിതയുടെ തേങ്ങൽ.

"എന്തിന്?" എന്തോ അവൾ പറയാൻ മടിക്കുന്നതായി തോന്നി.

"എനിക്കറിയില്ല കുട്ടി" എന്നുപറഞ്ഞ് അവൾ ഫോൺ ഓഫാക്കി.

വീണ്ടും ഫോണിന്റെ മണിമുഴക്കം. ജനിത തന്നെയാണ്. "ആലീസ്, ഇങ്ങോട്ട് വരുമല്ലോ, നേരിൽ പറയാം" അവൾ പതുക്കെ പറഞ്ഞു.

അപർണ്ണയുടെ വീട്ടുമുറ്റത്ത് ആൾക്കൂട്ടം പെരുകിക്കൊണ്ടിരുന്നു. പോസ്റ്റ്മോർട്ടം കഴിഞ്ഞ് ബോഡി എത്തിയിട്ടില്ല. ജനിത അവളുടെ മുറിയിലേക്ക് എന്നെ കൈപിടിച്ചു കൊണ്ടുപോയി പതുക്കെ പറഞ്ഞു:

"അപർണ്ണയും ഭർത്താവും തമ്മിൽ കുറച്ചുകാലമായി പിണക്കത്തിലായിരുന്നു. അവൾക്ക് മറ്റൊരാളുമായി അവിഹിതബന്ധം."

"ആരാണ്?"

"ഒരു നീതിമാൻ."

പെട്ടെന്ന് അന്തരീക്ഷത്തിലെവിടെയോ സ്ഫോടനം നടന്നതുപോലെ ഞാൻ ഞെട്ടിത്തെറിച്ചു. എനിക്ക് വിശ്വസിക്കാനായില്ല. ഇല്ല അങ്ങനെയൊന്നുമുണ്ടാവില്ല.

അവിശ്വസനീയമായ ഒരു കാര്യം അടിച്ചേല്പിക്കപ്പെട്ടതുപോലെ ഞാൻ പ്രതിഷേധിച്ചു.

"ആത്മഹത്യാക്കുറിപ്പിൽ ഭർത്താവിനോട് ക്ഷമ യാചിച്ചുകൊണ്ട്

എല്ലാം എഴുതി വെച്ചിട്ടുണ്ട്."

അവിശ്വസിക്കാൻ ശ്രമിക്കുന്തോറും ജനിതയുടെ വാക്കുകൾ മനസ്സിലേക്ക് തീനാളം പോലെ പടർന്നുകൊണ്ടിരുന്നു. തീനാളങ്ങൾക്കിടയിൽനിന്നും ന്യായാധിപന്റെ മുഖം കട്ടിക്കണ്ണടയിലൂടെ തന്നെ ഉറ്റു നോക്കുന്നു.

"ഇത് കോടതിയാണ്" എവിടെയോ അശരീരിയുടെ മുഴക്കം.

കുറിപ്പുകൾ

1. മി. സുധീർ, നിങ്ങളുടെ കക്ഷി ലുങ്കിയാണ് ധരിച്ചിട്ടുള്ളത്. ശരിയായ വേഷവിധാനത്തിൽ കോടതിയിൽ വരാൻ പറയണം.
2. ക്ഷമിക്കണം സാർ, അയാളോട് ശരിയായ രീതിയിൽ വസ്ത്രം ധരിക്കാൻ ഞാൻ പറയാം.
3. "അതെ നിങ്ങളുടെ പേര്."
4. "അതെ നിങ്ങളുടെ പേര്."
5. ആലീസ്, ഇത് അത്ഭുത ലോകമല്ല. നിങ്ങൾ എന്താണവിടെ ചെയ്യുന്നത്? ഞാൻ താങ്കളെ കുറച്ചു സമയമായി നിരീക്ഷിക്കുകയായിരുന്നു.
6. ക്ഷമിക്കണം സാർ.
7. ഇനി ഇത് ആവർത്തിക്കരുത്.
8. ആവശ്യമുള്ള ചോദ്യങ്ങൾ മാത്രം.
9. സത്യം പുറത്തു കൊണ്ടുവരികയെന്നതാണ് നിങ്ങളുടെ കർത്തവ്യം.
10. ഇല്ല സാർ, എന്റെ കർത്തവ്യം എന്റെ കക്ഷിക്കുവേണ്ടി വാദിക്കുക എന്നതാണ്. അത് പൊലീസിന്റെ കർത്തവ്യമാണ്.
11. അതെ. തുടരൂ.
12. മറ്റൊരു ദിവസത്തേക്ക് മാറ്റിവെച്ചാലും.
13. അപർണ്ണ ആത്മഹത്യ ചെയ്തു. അപർണ്ണ മരിച്ചു. അപർണ്ണ യാത്ര പറഞ്ഞു.

സ്ത്രീലമ്പടനായ ഡോക്ടർ വീണ്ടും

"സ്ത്രീലമ്പടനായ ഡോക്ടർ വീണ്ടും."

തിങ്ങി നിറഞ്ഞ കോടതിമുറിയിൽ ഉയർത്തിപ്പിടിച്ച പത്രവുമായി കെ എസ് ആർ വക്കീൽ ഉറക്കെ വിളിച്ചുപറഞ്ഞു: "ഇങ്ങനെയായിരുന്നില്ലേ വാർത്തയുടെ ഹെഡ്ഡിങ്?"

മാന നഷ്ടക്കേസിൽ വാദിയായ ഡോക്ടർ കോശി സെബാസ്റ്റ്യൻ സാക്ഷിക്കൂട്ടിൽനിന്നും വിയർത്തുതുടങ്ങി. വക്കീൽ തന്നെ കോടതിയിൽ വെച്ച് വീണ്ടും അപമാനിക്കുകയാണോ? അയാൾ വിഷമത്തോടെ തന്റെ വക്കീൽ അനിൽ നമ്പ്യാരെയും കോടതിയെയും മാറിമാറി നോക്കിക്കൊണ്ടിരിക്കവേ മജിസ്ട്രേറ്റ് ഒച്ചവെച്ചു. "ഉത്തരം പറയൂ."

"അതെ സാർ"

കെ എസ് ആർ എന്ന കെ എസ് രാമചന്ദ്രൻ വക്കീൽ ക്രിമിനൽ കേസുകൾ നടത്തുന്നതിൽ അഗ്രഗണ്യനാണ്. മാനനഷ്ടക്കേസുമായി വരുന്നവരുടെ ഉള്ള മാനവും കൂടി വക്കീൽ തന്റെ ചോദ്യങ്ങളിലൂടെ കവർന്നെടുക്കും. ഒടുവിൽ ഉടുതുണിയില്ലാതെ പൂർണ്ണ നഗ്നനായിത്തീരുന്ന മാനസിക അവസ്ഥയിലേക്ക് എത്തിച്ചേരുകയും കോടതിയിൽനിന്നും രക്ഷപ്പെട്ടാൽ മതിയെന്ന് തോന്നുകയും ചെയ്യും.

പ്രതിയായ *സന്ധ്യാദീപം* മഞ്ഞപ്പത്രത്തിന്റെ പത്രാധിപർ ബിനു മാത്യൂസ് പുഞ്ചിരിച്ചുകൊണ്ട് പ്രതിക്കൂട്ടിൽ നില്ക്കുന്നുണ്ട്. കെ എസ് ആർ ആവശ്യപ്പെട്ടതായ ഫീസ് കുറച്ചധികമല്ലേയെന്നും ഇങ്ങനെയായാൽ വക്കീലിനെക്കുറിച്ചുകൂടി മഞ്ഞപ്പത്രത്തിൽ എഴുതേണ്ടി വരുമല്ലോ എന്നും ആലോചിച്ചുകൊണ്ടിരിക്കുമ്പോഴാണ് ഡോക്ടറുടെ ഉടുതുണി അഴിക്കുന്ന ചോദ്യങ്ങൾ കെ എസ് ആറിൽനിന്നും ശരവർഷം പോലെ പ്രവഹിച്ചത്. വക്കീൽ ഫീസ് ഒരു പ്രശ്നമല്ലെന്നും ചിലപ്പോൾ കേസ്

പിൻവലിക്കുന്നതിന് വേണ്ടി കോമ്പ്രമൈസുമായി ഡോക്ടർ വന്നാൽ, അയാളിൽ നിന്നു തന്നെ ഈടാക്കാമെന്നുമാലോചിച്ചപ്പോൾ ബിനു മാത്യൂസിന്റെ മനസ്സിൽ പൂത്തിരി കത്തിത്തുടങ്ങി.

"ഇതിന് മുൻപും ഡോക്ടറുടെ പേരിൽ ഇങ്ങനെയൊരു ആരോപണമുണ്ടായിരുന്നോ" കെ എസ് ആറിന്റെ ചോദ്യത്തിന് ഉണ്ടെന്നോ ഇല്ലെന്നോ മറുപടി പറയാനാകാതെ ഡോക്ടർ കുഴങ്ങി.

"ആലോചിച്ച് നോക്കൂ, തന്നേരിയിലെ ഒരു പവിത്രന്റെ പരാതി. തന്റെ മകളെ ചികിത്സാ സമയത്ത് കയറിപ്പിടിച്ചു എന്നൊരു കേസുണ്ടായിരുന്നില്ലേ?"

എന്തു പറയണമെന്നറിയാതെ ഡോക്ടർ തന്റെ വക്കീലിന് നേരെ മുഖം തിരിച്ചപ്പോൾ, കെ എസ് ആർ വീണ്ടും ചോദ്യം തൊടുത്തുവിട്ടു

"ഇത്തരം ധാരാളം കേസുകൾ ഉള്ളതുകൊണ്ട് ഡോക്ടർക്ക് ഓർമ്മിക്കാൻ പറ്റാത്തതാകാം ഞാൻ ഓർമ്മിപ്പിച്ചു തരാമെന്ന്" പറഞ്ഞുകൊണ്ട് പൊലീസ് കേസിന്റെ എഫ് ഐ ആർ ഡോക്ടറുടെ നേരേ നീട്ടി.

ഡോക്ടർ പരിഭ്രമിച്ചുകൊണ്ട് പറഞ്ഞു: "അതെ."

"ഇതിന് മുൻപും ധാരാളം പരാതികൾ ഉണ്ടായിരുന്നു" - കെ എസ് ആർ.

"ഇല്ല."

"ഇല്ലെന്നോ, ഞാൻ പരാതികളുടെ കെട്ടുകൾ അഴിക്കണോ?"

"ഒരു കേസും ഇതുവരെ ശിക്ഷിച്ചിട്ടില്ല."

"അതുകൊണ്ടായിരിക്കാം ഡോക്ടർ കുറ്റമാവർത്തിക്കുന്നത്."

ഡോക്ടർ ദയനീയമായി കോടതിയെ നോക്കി. ഈ സിംഹത്തിന്റെ മുന്നിൽനിന്നും എങ്ങനെയെങ്കിലും രക്ഷപ്പെട്ടാൽ മതിയെന്ന യാചന.

"അതുപോട്ടെ ഡോക്ടർ, താങ്കൾ ഗവൺമെന്റ് ആശുപത്രിയിലെ ഡോക്ടർ അല്ലേ? ഉമയെ പരിശോധിച്ചത് വീട്ടിൽ നിന്നാണെന്ന് ശീട്ടിൽ കാണുന്നുണ്ടല്ലോ."

ഡോക്ടർ ഒന്നും മിണ്ടാതിരുന്നപ്പോൾ മജിസ്ട്രേറ്റ് ഉത്തരമില്ലെന്ന് രേഖപ്പെടുത്തി.

"സ്ത്രീലമ്പടനായ ഡോക്ടർ വീണ്ടും" കെ എസ് ആർ ഉയർന്ന ശബ്ദത്തിൽ വിളിച്ചുപറഞ്ഞുകൊണ്ട് അടുത്ത ചോദ്യം തൊടുത്തു വിട്ടു.

"ഈ പത്രത്തിൽ യഥാർത്ഥത്തിൽ നടന്ന കാര്യങ്ങളെക്കുറിച്ച് മാത്രമല്ലേ പറഞ്ഞിട്ടുള്ളു, ഡോക്ടർ?"

ഡോക്ടർ പരവശനായി അല്പം വെള്ളം വേണമെന്ന് പറഞ്ഞപ്പോൾ കോടതി താല്ക്കാലികമായി പിരിഞ്ഞു.

പ്രണയവും ജീവിതവും

ഭാര്യ തന്നോട് ക്രൂരമായി പെരുമാറുന്നതിനാൽ വിവാഹമോചനം വേണമെന്നാവശ്യപ്പെട്ടാണ് ജിതേഷ് കുടുംബക്കോടതിയിൽ ഹർജി ബോധിപ്പിച്ചിട്ടുള്ളത്. സുന്ദരിയും സുശീലയുമായ രസിതയ്ക്ക് നേരെയുള്ള ആരോപണങ്ങൾ എനിക്ക് വിശ്വസിക്കാനായില്ല.

രസിത പറഞ്ഞു: "കള്ളമാണ് സാർ. അവന് വേറെ കല്യാണം കഴിക്കുന്നതിന് വേണ്ടിയാണ്. അവന്റെ സ്റ്റേഷനിലെ പ്രസീദയുമായി അവൻ ലോഹ്യത്തിലാണ്."

"അവന് വേണ്ടെങ്കിൽ എന്തിനാണ് ഈ ബന്ധം തുടരുന്നത്? യോജിച്ച് ഹർജി കൊടുത്ത് പിരിഞ്ഞുകൂടെ?"

"അങ്ങനെയവൻ സുഖിക്കേണ്ട. ഞാൻ സമ്മതിക്കില്ല. വിവാഹമോചനത്തിന് എനിക്ക് സമ്മതമല്ല."

ആർ ഡി ഒ ഓഫീസിലെ ക്ലർക്കാണ് രസിത. ജിതേഷ് ഒരു പൊലീസുകാരനും. ഹർജിയിലെ ആരോപണങ്ങൾ അവിശ്വസനീയമാണെന്ന് തോന്നാമെങ്കിലും സത്യമാണെന്നാണ് രഘുറാം വക്കീൽ പറഞ്ഞത്.

കൊടൈക്കനാലിലേക്ക് മൂന്ന് സുഹൃത്തുക്കൾ കുടുംബാംഗങ്ങൾക്കൊപ്പം ഉല്ലാസയാത്ര പോയതായ അവസരത്തിൽ ഹോട്ടലിൽ വെച്ച് വഴക്കുകൂടുകയും ഭർത്താവിന്റെ മുഖത്തു തുപ്പിയെന്ന ഒരു ആരോപണം. സുഹൃത്തുക്കൾ വീട്ടിൽ വന്നതായ അവസരത്തിൽ അവരുടെ മുൻപാകെ വെച്ച് ചീത്ത വിളിച്ചെന്ന മറ്റൊരാരോപണം. എട്ടു പേജുള്ള ഹർജിയിൽ ആരോപണങ്ങളുടെ പെരുമഴയായിരുന്നു.

"കള്ളമാണ് സാർ, എല്ലാം കള്ളമാണ് ഞാനൊന്നും ചെയ്തിട്ടില്ല." രസിത വീണ്ടും പറഞ്ഞു.

"ആറു വർഷത്തെ ദാമ്പത്യ ജീവിതത്തിനിടയിൽ ഓർമ്മിക്കാൻ

ഒന്നുമില്ലേ." ഞാൻ ചോദിച്ചു.

രസിത, കൈയിലെ വാനിറ്റി ബാഗ് തുറന്നു ഏതാനും ഫോട്ടോകൾ പുറത്തെടുത്തു എനിക്ക് നേരെ നീട്ടി.

മൂന്നാറിലും, കൊടൈക്കനാലിലും, തേക്കടിയിലുമൊക്കെ യാത്ര ചെയ്തതിന്റെ ദൃക്സാക്ഷ്യങ്ങളായിരുന്നു അതെല്ലാം. സിനിമാ താരങ്ങളെപ്പോലെ വ്യത്യസ്ത രീതിയിലുള്ള പോസുകൾ, മെയ്ഡ് ഫോർ ഈച്ച് അദർ എന്ന് പറയാവുന്ന ദമ്പതികൾ.

സുന്ദരമായ ഒരു കാവ്യജീവിതം നയിക്കാവുന്ന ഇവർക്കെന്താണ് സംഭവിച്ചത്? രണ്ടുപേരും പ്രണയിച്ച് വിവാഹം കഴിച്ചവരാണ്.

പ്രണയിച്ചവർ പ്രണയിച്ച് പിരിയുന്നതാണ് നല്ലതെന്നും ദാമ്പത്യ ജീവിതം അവരിൽ നിലനില്ക്കുകയില്ലെന്നുമാണ് ദീർഘകാലമായി കുടുംബക്കോടതിയിൽ കേസ് നടത്തുന്ന സീനിയർ വക്കീൽ സിദ്ധാർത്ഥിന്റെ അഭിപ്രായം. സ്വന്തം ജീവിതം ഒരു പുസ്തകംപോലെ തുറന്നു വെച്ച് പറയുമ്പോൾ, കണ്ടുപരിചയമുള്ള മുഖമല്ല നാളിതുവരെ കാണാത്ത ചിത്രശലഭമാണ് തന്റെ ജീവിതത്തിന്റെ ആരാമത്തിലേക്ക് കടന്നു വരേണ്ടത് എന്ന സിദ്ധാർത്ഥ സിദ്ധാന്തം സ്വീകരിക്കേണ്ടി വരും.

പ്രണയം കൊക്കക്കോളയും പെപ്സിപോലെയുമാണെന്നും അത്

താല്ക്കാലിക തൃപ്തി നല്കുന്നതല്ലാതെ പ്രണയിനിയെ സ്വന്തമാക്കരുതെന്നുമാണ് ഒരു സല്ക്കാരത്തിൽ പങ്കെടുക്കവെ സിദ്ധാർത്ഥ് വക്കീൽ പറഞ്ഞത്.

രസിതയും ജിതേഷും കൗൺസിലർ മുമ്പാകെയും മീഡിയേറ്റർ മുൻപാകെയും ഹാജരായെങ്കിലും യാതൊരു പരിഹാരവുമില്ലാതെ കേസ് വീണ്ടും കോടതി മുറിയിലേക്ക് നയിക്കപ്പെട്ടു.

രസിതയുടെ ഫോൺകോളുകൾ കേട്ടാൽ അവളുടെ സ്വഭാവം മനസ്സിലാകുമെന്നും അതുകൊണ്ട് ബഹുമാനപ്പെട്ട കോടതി അത് പരിശോധിക്കണമെന്ന ആവശ്യവുമായി രഘുറാം വക്കീൽ കോടതിയിൽ ഹർജി കൊടുത്തപ്പോഴാണ് കേസ് പുതിയ ഘട്ടത്തിലേക്ക് കടന്നത്. ഫോൺകോളുകൾ ശബ്ദാനുകരണമാണെന്നും അതുകൊണ്ട് ഹർജി തള്ളണമെന്നും വാദിച്ചെങ്കിലും ജഡ്ജി ഫോൺകോളുകൾ കേൾക്കുന്നതിന് സന്നദ്ധനായി.

ജഡ്ജിയുടെ ചേമ്പറിൽ വെച്ച് ജഡ്ജി ദീർഘനേരം ഫോൺകോളുകൾ ശ്രവിച്ചതിനുശേഷം ഫോൺ എന്റെ നേരെ നീട്ടി.

ചെവിയിൽ തുളച്ചുകയറുന്ന ശകാര വർഷങ്ങൾ. തെറികളുടെ മാലപ്പടക്കം. രസിതയുടെ ശബ്ദമാണെന്നതിന് സംശയമില്ല.

സുന്ദരിയായ രസിതയ്ക്ക് തെറിഭാഷണത്തിൽ ഒരു ഡോക്ടറേറ്റ് നല്കണമെന്ന് രഘുറാം വക്കീൽ പറഞ്ഞപ്പോൾ ഞാൻ ഒന്നും മിണ്ടാതെ ചേമ്പറിൽനിന്നും പുറത്തേക്ക് കടന്നു.

25-ാം വിവാഹ വാർഷികം

"വക്കീലെ, ചതിയിൽ പെട്ടു"

കത്തുന്ന ഉച്ചച്ചൂടിൽ വിയർത്തുകുളിച്ചുകൊണ്ട് രതീശൻ എന്റെ മുന്നിലേക്ക് വന്നു.

സിവിൽ സപ്ലൈസ് ഓഫീസിൽ ക്ലർക്കാണ് രതീശൻ. കല്യാണം കഴിഞ്ഞിട്ട് ഒരാഴ്ചയാകുന്നു.

"എന്താണാടോ എന്തുപറ്റി?"

"ഇനി ഒന്നും പറ്റാന്നില്ല വക്കീലെ. അവൾ ചതിച്ചു."

"ആര്?"

"നിങ്ങളൊക്കെ കൂടി കാണിച്ചു തന്ന പെണ്ണ്. അവളുടെ വയസ്സ് നാല്പത്. എനിക്ക് തന്ന ജാതകക്കുറിപ്പിൽ മുപ്പത് എന്നാണ് കാണിച്ചത്. എനിക്ക് ഈ തെണ്ടിയെ വേണ്ട."

കക്ഷി എന്നതിലുപരിയായി രതീശനുമായി സുഹൃദ് ബന്ധമുണ്ട്. വിവാഹമൊന്നും വേണ്ടെന്ന് തീരുമാനിച്ച് ആത്മീയതയിൽ ലയിച്ചിരുന്ന രതീശനെ ധ്യാനത്തിൽ നിന്നുമുണർത്തിയത് ഞങ്ങൾ സുഹൃത്തുക്കളായിരുന്നു.

പെണ്ണ് കാണാൻ പോയിട്ട് നേരെവന്നത് എന്റെ ഓഫീസിലേക്കാണ്. "വക്കീലെ പെണ്ണ് മോശമില്ല. ഞാൻ വാക്കു കൊടുക്കട്ടെ."

"നല്ലവണ്ണം അന്വേഷിച്ചിട്ട് വാക്ക് കൊടുത്താൽ മതി" ഞാൻ പറഞ്ഞു.

"ഇനി അന്വേഷിക്കാനൊന്നുമില്ല. എനിക്ക് ഇവൾ മതി."

രണ്ടാഴ്ചകൊണ്ട് കല്യാണം നടന്നു. കല്യാണ ദിവസം പെണ്ണിനെ കണ്ടപ്പോഴാണ് രതീശന് തിരക്കിട്ട് കല്യാണം നടത്തിയതിന്റെ ഗുട്ടൻസ് പിടികിട്ടിയത്. പെണ്ണ് സുന്ദരിയാണ്.

അഞ്ച് വയസ്സൊന്നും ഒരു പ്രശ്നമല്ലെന്നും എത്രയോ മഹാത്മാ

ക്കൾ തങ്ങളേക്കാൾ പ്രായം കൂടിയ സ്ത്രീകളെ കല്യാണം കഴിച്ച് സുഖ ജീവിതം നയിക്കുന്നുണ്ടെന്നും, പെണ്ണിന് പ്രായമാകുമ്പോൾ പ്രായക്കൂടുതൽ തോന്നിക്കില്ലേന്നുമൊക്കെ പറഞ്ഞിട്ടും കടുകിട വ്യത്യാസമില്ലാതെ അവൻ തറപ്പിച്ചു പറഞ്ഞു.

"എനിക്ക് ഡൈവോഴ്സ് വേണം അല്ലെങ്കിൽ ഞാൻ ആത്മഹത്യ ചെയ്യും."

"ആത്മഹത്യയൊക്കെ ചെയ്യാം അതിന് ഇനിയും സമയമുണ്ട്. നീ എങ്ങനെയാണ് അവളുടെ വയസ്സ് കണ്ടുപിടിച്ചത്?" ഞാൻ ചോദിച്ചു.

"അവളുടെ എസ് എസ് എൽ സി ബുക്കിലെ ജനനത്തീയതി ഞാൻ കണ്ടു."

"അതെങ്ങിനെ കല്യാണം കഴിഞ്ഞതിനുശേഷം നീ അവളുടെ എസ്

എസ് എൽ സി ബുക്ക് പരിശോധിച്ചുവോ?"

"അതല്ല വക്കീലെ, അക്ഷയയിൽ വിവാഹം രജിസ്റ്റർ ചെയ്യാൻ പോയപ്പോൾ കണ്ടതാണ്."

"എത്ര ദിവസം കഴിഞ്ഞിട്ടാണ് രജിസ്റ്റർ ചെയ്തത്?"

"അഞ്ചു ദിവസങ്ങൾ കഴിഞ്ഞിട്ട്."

"അഞ്ചു ദിവസങ്ങളിലും അവളുമായി ശാരീരിക ബന്ധമുണ്ടായോ."

"ഉണ്ടായി."

"എത്ര ദിവസം കഴിഞ്ഞാണ് വീട്ടിൽ കൊണ്ടാക്കിയത്?"

"ഒരാഴ്ച കഴിഞ്ഞ്."

"അപ്പോൾ വിവാഹ രജിസ്ട്രേഷൻ കഴിഞ്ഞിട്ടും ബന്ധപ്പെട്ടു."

"അതെ."

"അപ്പോൾ നീ അവളെ ചതിച്ചില്ലേ? അക്ഷയയിൽനിന്ന് ജനനത്തീയതി അറിഞ്ഞ ദിവസമാണ് അവളെ നീ ഉപേക്ഷിച്ചിരുന്നതെങ്കിൽ നീ പറയുന്നതിൽ ന്യായമുണ്ടായിരുന്നു. പക്ഷേ, പിന്നേയും രണ്ട് ദിവസം കൂടി നീ ബന്ധപ്പെട്ടു. കിട്ടുന്നത് പോരട്ടെയെന്ന് വിചാരിച്ചു അല്ലേ?"

രതീശൻ വിയർത്തുതുടങ്ങി.

"വക്കീലെ അവളെന്നെ പറ്റിച്ചതല്ലേ? 35 വയസ്സുകാരനായ എന്നെ കിട്ടുന്നതിനുവേണ്ടി അവൾ ജാതകം തിരുത്തി 30 ആക്കി."

"ശരി. പിന്നെ നീ എന്തിനാടോ കാര്യം മനസ്സിലാക്കിയിട്ടും അവളുമായി ശാരീരിക ബന്ധം പുലർത്തിയത്? എടോ അവള് ഗർഭിണിയാണെങ്കിൽ നീ കുട്ടിക്ക് ചെലവിന് കൊടുക്കേണ്ടിവരും."

രതീശൻ കുറേ നേരം മിണ്ടാതിരുന്നു. പിന്നീട് ടവ്വലെടുത്തു വിയർപ്പ് തുടച്ചുകൊണ്ട് പറഞ്ഞു:

"അപ്പോ അഞ്ച് വയസ്സൊന്നും ഒരു പ്രശ്നമല്ല വക്കീലെ, അല്ലേ?"

"അല്ല, നീ വേഗം പോയി അവളേയും കൂട്ടി വീട്ടിലേക്ക് പോകൂ."

ഞാൻ വീണ്ടും പത്രത്തിലേക്ക് നോക്കി. രതീശന്റെയും ഭാര്യയുടെയും 25-ാ മത് വിവാഹവാർഷികത്തിന്റെ ഫോട്ടോ പത്രത്തിന്റെ നാലാം പേജിൽ. രണ്ടുപേരും എന്നെ നോക്കി ചിരിക്കുന്നു.

കൊറോണക്കാലത്തെ കോടതി

ആൾക്കൂട്ടമില്ലാത്ത, വിജനമായ കോടതി വളപ്പ്. കോട്ടും ഗൗണുമൊന്നുമില്ലാതെ കോടതിയിലേക്ക് നടക്കുമ്പോൾ എതിരെ വരികയായിരുന്ന വിമലൻ ചോദിച്ചു:

"എന്താ സാർ കോടതിയില്ലേ?"

"ഉണ്ട്, അത്യാവശ്യ കേസുകൾ മാത്രമേ എടുക്കുകയുള്ളൂ."

"കോട്ടൊന്നും വേണ്ടേ സാർ?"

"കൊറോണ കാരണം ഇപ്പോൾ കോട്ടൊന്നും വേണ്ട."

പെട്ടെന്നാണ് കഴുത്തിൽ ബാന്റ് കെട്ടിയിട്ടില്ലെന്ന് മനസ്സിലായത്. ഓഫീസിൽ നിന്ന് തിരിച്ചുപോയി ധൃതിയിൽ ബാന്റുമായി മടങ്ങി.

പ്രധാന വാതിലിന് സമീപം ഒരുക്കിവെച്ചിട്ടുള്ള പൈപ്പ് വെള്ളം ഉപയോഗിച്ച് സോപ്പിട്ട് കൈ കഴുകി ശുദ്ധി വരുത്തിയതിനുശേഷം അകത്തേക്ക് കടന്നു.

മജിസ്ട്രേറ്റ് കോടതിയിൽ വിചാരണയ്ക്ക് എടുക്കുന്ന നാല് കേസുകളുടെ ലിസ്റ്റ് ചുമരിൽ പതിച്ചിട്ടുണ്ട്. തിരിച്ചറിയപ്പെടേണ്ട കേസുകളിലെ പ്രതികൾ മാത്രം ഹാജരായാൽ മതിയെന്നാണ് മുൻകൂട്ടിയുള്ള അറിയിപ്പ്. മുഖംമൂടിയണിഞ്ഞ ഏതോ രണ്ട് കക്ഷികൾ ചുമരും ചാരി നില്ക്കുന്നുണ്ട്. അവരിൽ തന്റെ പ്രതിയുണ്ടോയെന്ന് തിരിച്ചറിയാൻ പറ്റുന്നില്ല. യാതൊരു ഭാവഭേദവുമില്ലാതെ അവർ ചുമരിൽ ഒട്ടിച്ചുവെച്ച ചിത്രംപോലെ. വിചാരണ മുറിയിലേക്ക് കടക്കുന്ന വാതിലിൽ മുഖംമൂടിയണിഞ്ഞ ഒരു പൊലീസുകാരൻ നില്ക്കുന്നുണ്ട്.

അയാൾ പറഞ്ഞു: "ലിസ്റ്റ് ചെയ്ത കേസിലെ വക്കീലന്മാരും തിരിച്ചറിയപ്പെടേണ്ട പ്രതികളും സാക്ഷികളും മാത്രം കോടതിയിൽ ഹാജരായാൽ മതിയെന്ന് മജിസ്ട്രേറ്റ് പറഞ്ഞിട്ടുണ്ട്."

തലകുലുക്കി സമ്മതിച്ചുകൊണ്ട് അകത്തേക്ക് കടന്നു. രണ്ട് വക്കീലന്മാർ മുന്നിലുള്ള കസാലകളിൽ അകലങ്ങൾ പാലിച്ച് ഇരിക്കുന്നുണ്ട്. കഷണ്ടികൊണ്ട് ഒന്ന് പ്രഭാകരനാണെന്ന് തിരിച്ചറിഞ്ഞു. മറ്റേതു പെൺകുട്ടിയാണ്. മുഖംമൂടിയുടെ നീണ്ടവാലുകൾ ഒരു റിബ്ബൺപോലെ അവളുടെ മുടിയിഴകളിൽ തൂങ്ങിക്കിടപ്പുണ്ട്. ആരാണെന്ന് മനസ്സിലായില്ല. അകലങ്ങളിലായി നാലഞ്ച് കസാലകൾ നിരത്തിവെച്ചിട്ടുണ്ട്. മറ്റു ഫർണിച്ചറുകളെല്ലാം മുറിയുടെ കിഴക്ക് ഭാഗത്ത് അടുക്കിവെച്ചിരിക്കയാണ്. ബഞ്ചു ക്ലാർക്ക് അനിലയെ ഇളം പച്ച നിറത്തിലുള്ള ചുരിദാറിൽനിന്നും വ്യക്തമാകുന്നുണ്ട്. മുഖംമൂടിയണിഞ്ഞ് നില്ക്കുന്ന പ്യൂൺ പെൺകുട്ടി ആരാണെന്ന് മനസ്സിലായില്ല.

ഫയലുകളുടെ നീണ്ട നിരയുണ്ടാവാറുള്ള മേശപ്പുറത്ത് നാല് ഫയലുകൾ മാത്രം. മജിസ്ട്രേറ്റിന്റെ ഇരിപ്പിടത്തിന് പിൻഭാഗത്തുള്ള ചുമരിൽ നിന്നും ഗാന്ധിജി പഴയതുപോലെ തന്റെ വട്ടക്കണ്ണടയിലൂടെ എല്ലാം അറിയുന്നവനായി കിഴക്കോട്ട് ദൃഷ്ടി പതിപ്പിച്ച് നില്ക്കുന്നു.

നിന്റെ ചെയ്തികളുടെ ഫലം നീ അനുഭവിക്കുകയാണെന്ന് ആ കണ്ണുകൾ പറയുന്നുണ്ട്. പെട്ടെന്നാണ് മണി മുഴങ്ങിയത്. തിങ്ങി നിറഞ്ഞ കോടതിയാകുമ്പോൾ പലരും മണിമുഴക്കം കേട്ട് ധൃതിപിടിച്ച് അകത്തേക്ക് കുതിക്കും. ഇപ്പോൾ മണിമുഴങ്ങിയതാർക്കു വേണ്ടിയാണ്? പിൻതിരിഞ്ഞ് നോക്കിയപ്പോൾ നേരത്തെ കണ്ടതായ രണ്ട് മുഖംമൂടികൾ പുറത്തെ ചുമരിൽനിന്നും പറിച്ചെടുത്തു അകത്തെ ചുമരിൽ ഒട്ടിച്ചതുപോലെ നില്ക്കുന്നു.

പൊലീസുകാരുടെ ബെഞ്ചിൽ നേരത്തെ കണ്ട പൊലീസ് മുഖം

മൂടി ഇരിക്കുന്നുണ്ട്.

യൂണിഫോമില്ലാതെ മുഖംമൂടിയണിഞ്ഞ മജിസ്ട്രേറ്റ് ഡയസിലേക്ക് വന്നു. തൂവലുകൾ കൊഴിഞ്ഞുപോയ ഒരു കാക്കയെപ്പോലെ മെലിഞ്ഞുണങ്ങിയ മജിസ്ട്രേറ്റ് ന്യായാസനത്തിൽ ആസനസ്ഥനായി.

തന്റെ പ്രതി പിന്നിലുണ്ടോയെന്നറിയാൻ വീണ്ടും പിൻതിരിഞ്ഞു നോക്കി നിരാശയോടെ കണ്ണുകൾ പിൻവലിച്ചു.

കേസുകൾ വിളിച്ചു തുടങ്ങി.

ആദ്യത്തെ കേസിൽ പ്രതിയുമില്ല സാക്ഷിയുമില്ല.

രണ്ടാമതായി തന്റെ കേസ് വിളിച്ചപ്പോൾ ഒന്നുകൂടി പിൻതിരിഞ്ഞു നോക്കി. താഴ്ചയുള്ള പറമ്പിൽ ഗോപി. ബഞ്ചു ക്ലർക്ക് പേരു വിളിച്ചു. പ്യൂൺ ഏറ്റു വിളിച്ചു. മുഖംമൂടിയിലൊരു വനിത കൂട്ടിൽ കയറുന്നു. ഇത്രനേരം അവിടെ നിന്നിട്ട് ഒരു കൈയാംഗ്യം പോലും കാണിക്കാത്തവൻ. തന്റെ കേസിലും സാക്ഷികളില്ല. മൂന്നും നാലും കേസുകളിലും സാക്ഷികളുണ്ടായിരുന്നില്ല.

കോടതി കഴിഞ്ഞ് മജിസ്ട്രേറ്റ് ഡയസിൽനിന്നും എഴുന്നേറ്റപ്പോൾ ഞാൻ പിൻതിരിഞ്ഞു നോക്കി. അപ്പോൾ ചുമരിൽ ഒട്ടിച്ചുവെച്ചതായ മുഖംമൂടികൾ അപ്രത്യക്ഷമായിരിക്കുന്നു.

പുറത്തിറങ്ങിയപ്പോഴും മുഖംമൂടികളെ കണ്ടില്ല.

രണ്ട് മാസത്തിനുശേഷമാണ് ഇന്ന് കോടതിയിൽ വന്നത്. കോടതിപ്പറമ്പ് പോലെ തന്റെ പോക്കറ്റും ശൂന്യമായിരിക്കുന്നു.

കോടതിക്ക് വെളിയിൽ കടന്നു ഫോൺ ഓണാക്കിയതും മണിമുഴങ്ങിയതും ഒന്നിച്ചായിരുന്നു.

“സാർ, ഞാൻ ഗോപിയാണ്.”

“എവിടെയാണ് താനുള്ളത്?”

“ഞാൻ വീട്ടിലേക്ക് പോന്നു, സാർ.”

“അതെന്താണ് നീ എന്നോട് പറയാതെ പോയത്?”

“അകലം പാലിക്കണമെന്ന് പറഞ്ഞതുകൊണ്ടാണ് സാർ അടുത്തേക്ക് വരാതിരുന്നത്.”

“അപ്പോൾ ഫീസ്?”

“കൊറോണക്കാലമല്ലെ സാർ?”

ഞാൻ ഫോൺ ഓഫാക്കി പോക്കറ്റിലിട്ടു.

എഴുതാൻ പറ്റാത്ത കഥ

"I am giving you a plot"*1

എഴുത്തുകാരനായ വക്കീലിനോട് ജഡ്ജി പറഞ്ഞു:

സാമ്പത്തിക ശേഷിയില്ലാത്ത പ്രതിയുടെ കേസ് നടത്തുന്നതിന് വേണ്ടി കോടതി ഒരു വക്കീലിനെ നിയമിക്കുകയായിരുന്നു.

കേസ് ഡയറി വായിച്ചു നോക്കിയപ്പോൾ ഞാനാകെ പരിഭ്രാന്തനായി. പ്രതിയായ മണികണ്ഠൻ യുവതിയായ ഭാര്യയെയും രണ്ട് പിഞ്ചുകുഞ്ഞുങ്ങളെയും വെട്ടിക്കൊന്നിരിക്കുന്നു. പ്രതിക്ക് വധശിക്ഷ നല്കാവുന്ന കേസ്.

ഞാനൊരു എഴുത്തുകാരനാണെന്നുള്ള കാര്യം കുറച്ചു ദിവസങ്ങൾക്ക് മുൻപ് സന്ദർഭവശാൽ ജയദേവൻ വക്കീൽ ജഡ്ജിയോട് പറഞ്ഞിരുന്നു. "യുവറോൺ, ആ കേസൊക്കെ നാളെ കഥയായി വരും. ഹി ഈസ് യെ റൈറ്റർ"*2 എന്നെ ചൂണ്ടിക്കാണിച്ചുകൊണ്ട് വക്കീൽ പറഞ്ഞു.

അപ്പോഴാണ് ജഡ്ജി പേര് ചോദിച്ചത്.

"ഓ, ഞാൻ വായിച്ചിട്ടുണ്ട്" ജഡ്ജി പറയുകയും ചെയ്തു.

ആ സംഭവത്തിനുശേഷം ജഡ്ജിയുടെ മുമ്പിൽ കേസുമായി ചെല്ലുമ്പോൾ ചെറിയൊരു പരിഭ്രാന്തി. ഇപ്പോഴിതാ കൂനിന്മേൽ കുരുവെന്ന വണ്ണം അതിഭീകരമായ ഒരു കൊലക്കേസ് തന്നെ ഏല്പിച്ചിരിക്കുന്നു.

"എടോ, തുടക്കത്തിലേ പേര് ദോഷമുണ്ടാക്കേണ്ട ഒഴിവാക്കിക്കളെ" തന്നെപ്പോലെ രണ്ട് വർഷം മാത്രം പ്രാക്ടീസുള്ള നന്ദഗോപാൽ പറഞ്ഞപ്പോൾ ഒഴിവാക്കാമെന്ന് തോന്നി. സീനിയർ വക്കീലിനോട് കാര്യം പറഞ്ഞപ്പോൾ വക്കീൽ പറഞ്ഞു: "കേസ് നന്നായി പഠിച്ച് ധൈര്യത്തോടെ കേസ് നടത്തുക. ഒരു കൊലക്കേസ് നടത്താൻ കിട്ടിയ അവ

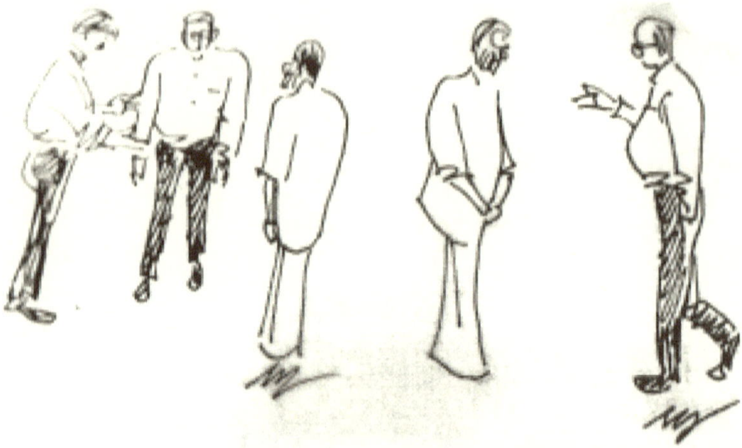

സരമാണ്. കളയരുത്."

പ്രതിയെ ജയിലിൽനിന്നും കൊണ്ടുവന്നപ്പോൾ, ഞാനയാളോട് ചോദിച്ചു:

"താനെന്തിനാടോ ഈ കടുംകൈ ചെയ്തത്" മൗനിയായ പ്രതി ഒന്ന് ചിരിക്കുക മാത്രം ചെയ്തു. തുടരെത്തുടരെ ചോദ്യങ്ങൾ ചോദിച്ചിട്ടും അവൻ ഉത്തരമൊന്നും പറഞ്ഞില്ല.

കേസ് ഡയറി വായിച്ചു നോക്കിയപ്പോൾ എല്ലാ വാതിലുകളും അടഞ്ഞതായി തോന്നി. സംഭവം കണ്ടതായി അയൽക്കാരൻ പറയുന്നുണ്ട്. കോടതി രേഖകളിൽനിന്നും പിഞ്ചുകുഞ്ഞുങ്ങളുടെ തലയറ്റ ഫോട്ടോ കണ്ടപ്പോൾ ഞാനാകെ വിയർത്തു. പിന്തിരിയാൻ നേരത്തു സീനിയർ വക്കീലിന്റെ വാക്കുകൾ വീണ്ടും ചെവിയിൽ മുഴങ്ങി:

"കേസ് ഡയറി വായിച്ചുകൊണ്ടിരിക്കണം. ആദ്യമാദ്യം ഒന്നും കണ്ടെത്താൻ പറ്റിയില്ലെങ്കിലും പിന്നീട് ചില വാതിലുകൾ തുറക്കപ്പെടും."

അനുഭവസ്ഥനും പ്രശസ്തനുമായ തന്റെ ഗുരുവായ സീനിയറുടെ വാക്കുകൾ ശിരസ്സാവഹിക്കാൻ തീരുമാനിച്ചു.

മൂന്നാമത്തെ തവണ കേസ് ഡയറി വായിച്ചുകൊണ്ടിരിക്കവേ ചില നക്ഷത്രങ്ങൾ കൺമുന്നിൽ തിളങ്ങിക്കൊണ്ടിരുന്നു. ചില രക്ഷാമാർഗ്ഗങ്ങൾ തെളിഞ്ഞു വരുന്നു. മണികണ്ഠൻ ബോധപൂർവ്വം ചെയ്ത കുറ്റമായി തോന്നുന്നില്ല. മൂന്ന് പേരെയും ഒരേ സമയത്ത് കൊലപ്പെടുത്തു

ക. അതും തന്റെ ഭാര്യയേയും രണ്ട് പിഞ്ചുകുഞ്ഞുങ്ങളേയും. ചോദ്യങ്ങൾക്കൊന്നും ഉത്തരംപറയാതെ മൗനിയായ മണികണ്ഠന് എന്തോ തകരാറുണ്ട്. അതെന്താണെന്ന് മനസ്സിലാക്കേണ്ടിയിരിക്കുന്നു. ജയിലറുമായി സംസാരിച്ചപ്പോൾ അയാൾ ഒരു മാനസിക രോഗിയാണെന്ന് മനസ്സിലായി. നേരത്തെ രോഗമുണ്ടായിരുന്നുവോ?, അല്ലെങ്കിൽ കേസിൽ പെട്ടതിനുശേഷം സംഭവിച്ചതാണോ എന്ന കാര്യം ജയിലർക്കുമറിയില്ല. കേസ് ഡയറിയിൽനിന്നും അയാളുടെ വിലാസം തപ്പിയെടുത്തു തുടരന്വേഷണം നടത്തിയപ്പോഴാണ് അയാളുടെ സഹോദരനെ കണ്ടെത്തിയത്. ജ്യേഷ്ഠൻ മാനസിക രോഗിയായിരുന്നുവെന്നും യതീന്ദ്രൻ ഡോക്ടറുടെ ചികിത്സയിലായിരുന്നുവെന്നും പറഞ്ഞു. ഡോക്ടറെ കണ്ടപ്പോൾ കൂടുതൽ കാര്യങ്ങൾ സ്പഷ്ടമായി.

മണികണ്ഠൻ കടുത്ത മാനസിക രോഗിയായിരുന്നു. ഭാര്യയോട് കൂടി അയാൾ പലപ്പോഴും ക്ലിനിക്കിൽ വന്നിട്ടുണ്ട്. അവസാനമായി ഒരു വർഷം മുൻപ് മണികണ്ഠൻ ഭാര്യയോടുകൂടി ക്ലിനിക്കിൽ വന്നതായി അയാളോർക്കുന്നു. മണികണ്ഠൻ ഭാര്യയേയും രണ്ട് മക്കളേയും കൊന്നതായ കേസിൽ പ്രതിയാണെന്ന് പറഞ്ഞപ്പോൾ ഡോക്ടർ ഞെട്ടലോടെ പറഞ്ഞു:

"അവനെ അന്ന് ആശുപത്രിയിൽ പ്രവേശിപ്പിക്കണമെന്ന് പറഞ്ഞതാണ്. ഭാര്യ എത്ര നിർബ്ബന്ധിച്ചിട്ടും കൂട്ടാക്കിയില്ല. മൈ ഗോഡ്"*3 ഡോക്ടർ ദൈവത്തെ വിളിച്ചു.

ഡോക്ടർ അവനെ രക്ഷിക്കണമെങ്കിൽ ഒറ്റ മാർഗ്ഗമേയുള്ളൂ. അവൻ സംഭവസമയത്ത് മനോരോഗിയായിരുന്നുവെന്ന് കോടതിയെ ബോദ്ധ്യപ്പെടുത്തണം. അവനെ ചികിത്സിച്ച ഡോക്ടറുടെ ശീട്ടുണ്ടെങ്കിൽ അതു സാധിക്കും.

ഡോക്ടർ കംപ്യൂട്ടറിൽനിന്നും രേഖകൾ കണ്ടുപിടിച്ചു. അവസാനമായി ക്ലിനിക്കിൽ വന്ന ദിവസം തന്നെയാണ് കൊലപാതകങ്ങൾ നടന്നിട്ടുള്ളത്. രേഖകൾ കിട്ടിയപ്പോൾ സമാധാനമായി.

രണ്ടാഴ്ചകൊണ്ട് കേസിന്റെ വിചാരണ കഴിഞ്ഞു. പ്രതിഭാഗം തെളിവിലേക്ക് ഡോക്ടറെ വിസ്തരിക്കുകയും ചികിത്സാരേഖകൾ ബോധിപ്പിക്കുകയും ചെയ്തു.

പ്രതി സംഭവ സമയത്ത് കടുത്ത മനോരോഗിയായിരുന്നുവെന്നും അപ്പോഴത്തെ മാനസികാവസ്ഥയിൽ ചെയ്തു പോയ കുറ്റത്തിന് പ്രതിയെ ശിക്ഷിക്കാനാവുകയില്ലെന്നും അതിനാൽ പ്രതിയെ വെറുതെ വിടുകയാണെന്നും കോടതി വിധിച്ചു.

മണികണ്ഠനെക്കുറിച്ച് ഒരു കഥയെഴുതണമെന്ന് പലപ്പോഴും ആലോചിച്ചതാണ്. പക്ഷേ, അപ്പോഴൊക്കെയും തലയറ്റ രണ്ട് പിഞ്ചുകുഞ്ഞുങ്ങളുടെ മുഖം കൺമുന്നിൽ തെളിയുന്നു. എന്തെഴുതണമെന്നറിയാതെ കുഴങ്ങുന്നു.

ഒരു വർഷത്തിനുശേഷം ജഡ്ജിയുടെ യാത്രയയപ്പ് വേളയിൽ കണ്ടു

മുട്ടിയപ്പോൾ ജഡ്ജി ചോദിച്ചു.

"ഞാനൊരു പ്ലോട്ട് തന്നിരുന്നുവല്ലോ കഥയെഴുതിയോ?"

"ഇല്ല സാർ അതെനിക്ക് എഴുതാൻ പറ്റിയിട്ടില്ല."

കുറിപ്പുകൾ

*1. ഞാൻ നിങ്ങൾക്കൊരു കഥാവസ്തു തരുന്നു.

*2. ഇയാൾ ഒരു എഴുത്തുകാരനാണ്.

*3. എന്റെ ദൈവമേ.

ജമീലിന്റെ പൗരത്വം

വിഭജനകാലത്ത് ജമീൽ അഹമ്മദ് കറാച്ചിയിൽ ഒരു ചെറിയ ചായ പ്പീടിക നടത്തുകയായിരുന്നു. ഭാര്യയും രണ്ടും മൂന്നും വയസ്സുള്ള പെൺകുട്ടികളും പാനൂരിലെ വീട്ടിൽ കഴിയുന്നു. വർഷത്തിലൊരിക്കൽ പാനൂരിലെ വീട്ടിൽ വന്നു ഒരു മാസക്കാലം കുടുംബ ജീവിതം ആസ്വ ദിച്ച് മടങ്ങിപ്പോകുന്നു.

"സാർ, കുടുംബം പോറ്റേണ്ടേ? അവിടത്തെ കച്ചവടം വിട്ട് നാട്ടി ലേക്ക് മടങ്ങിവരാൻ പറ്റില്ലായിരുന്നു. വിഭജനകാലത്തു ഒരിക്കൽ മട ങ്ങിവരാൻ ആലോചിച്ചതാണ്. പക്ഷേ, എന്റെ പറക്കമുറ്റാത്ത കുഞ്ഞു ങ്ങൾ, ഭാര്യ അവരുടെ ഭാവിയോർത്ത് ഞാനതു ചെയ്തില്ല. ഇപ്പോൾ ഞാൻ പശ്ചാത്തപിക്കുന്നു."

ജമീൽ ഭാര്യയേയും കുട്ടികളേയും കാണാൻ പാകിസ്ഥാനിൽനിന്നും പാനൂരിലെ വീട്ടിലേക്ക് വന്നതായിരുന്നു. ആരോ കളക്ടർക്ക് പരാതി കൊടുത്തിരിക്കുന്നു. ഇന്ത്യൻ പൗരത്വത്തെക്കുറിച്ചുള്ള രേഖകൾ ഹാജ രാക്കാൻ കളക്ടർ ആവശ്യപ്പെട്ടിരിക്കുകയാണ്.

"സാർ, ഞാൻ ഇപ്പോൾ പാകിസ്ഥാൻ പൗരനാണ്. പക്ഷേ, എന്റെ ജന്മനാട്ടിൽ ഭാര്യയേയും കുട്ടികളേയും കാണാനുള്ള അവകാശം എനി ക്കില്ലേ?"

അയാളുടെ കണ്ണുകൾ നനയുന്നുണ്ടായിരുന്നു. നരച്ച താടിരോമ ങ്ങൾക്കിടയിലൂടെ വിരലോടിച്ചുകൊണ്ട് അയാൾ മനസ്സിൽനിന്നും എന്തൊക്കെയോ ചികഞ്ഞെടുക്കുകയായിരുന്നു.

"എന്റെ ഉമ്മയേയും ഉപ്പയേയും ഈ മണ്ണിലാണ് ഖബറടക്കിയത്. ഈ മണ്ണിലേക്ക് എനിക്ക് വന്നുകൂടെ. ഇതു എന്റെ സ്വന്തം മണ്ണാണ്."

രേഖപ്രകാരം ജമീൽ ഇന്ത്യൻ പൗരനല്ല. ഇനി അതിനു സാദ്ധ്യവു

മല്ല. ഹിന്ദുത്വവാദികൾ അവസാനത്തെ വാതിലും അടച്ചു കഴിഞ്ഞിരിക്കുന്നു.

“സാർ, ഞാനെന്റെ കച്ചവടവും പീടികയുമെല്ലാം ഉപേക്ഷിക്കുകയാണ്. എനിക്കെന്റെ പെൺമക്കളുടെ നിക്കാഹ് നടത്തിക്കൊടുക്കണം ഞാനിനി തിരിച്ചു പോവില്ല. എനിക്കിവിടെ ജീവിക്കാനുള്ള അവസ്ഥ ഉണ്ടാക്കിത്തരണം സാർ.”

65 വയസ്സുകാരനായ ജമീൽ കണ്ണുതുടച്ചുകൊണ്ട് പറഞ്ഞു. സ്വന്തം വീട്ടിൽനിന്നും ഇരതേടി പോയവർക്ക് തിരിച്ചുവരാൻ പറ്റാത്ത അവസ്ഥ.

തന്റെ പ്രായവും രോഗാവസ്ഥയും പെൺകുട്ടികളുടെ സംരക്ഷണവുമെല്ലാം വിവരിച്ചുകൊണ്ടുള്ള ഒരു ദയനീയ ഹർജി കളക്ടർക്ക് കൊടുക്കുന്നതിനായി തയ്യാറാക്കിക്കൊടുത്തു. ജമീലിനെ സമാധാനിപ്പിച്ചു വീട്ടിലേക്ക് പറഞ്ഞയച്ചു.

ഒരാഴ്ചയ്ക്കുശേഷം ജമീലിന്റെ സഹോദരൻ വക്കീലാഫീസിൽ ഓടിക്കിതച്ചെത്തി.

“സാർ, ജമീലിനെ പൊലീസുകാർ കസ്റ്റഡിയിൽ എടുത്തിരിക്കുകയാണ്. അവർ അവനെ പാകിസ്ഥാൻ അതിർത്തിയിൽ കൊണ്ടുപോയി ഉപേക്ഷിക്കും?”

ഉടനെ തന്നെ ഹൈക്കോടതിയിൽ ജമീലിന്റെ പരിതാപ സ്ഥിതികളെല്ലാം വിവരിച്ചുകൊണ്ടുള്ള ഹർജി ബോധിപ്പിച്ച് താല്ക്കാലികമായി ഡിപ്പോർട്ടേഷൻ തടഞ്ഞുകൊണ്ടുള്ള സ്റ്റേ ഓർഡർ സമ്പാദിച്ചു.

സ്റ്റേ ഓർഡറുമായി പൊലീസ് സ്റ്റേഷനിൽ എത്തിയപ്പോൾ, ജമീലിനെ നാടുകടത്താനായി കൊണ്ടുപോയി എന്നാണ് അറിയാൻ കഴിഞ്ഞത്. ഉടനെ കാറ് പിടിച്ച് ഷൊർണ്ണൂർ ജങ്ഷനിലേക്ക് കുതിച്ചു.

റെയിൽവേ സ്റ്റേഷനിൽ പൊലീസുകാർക്കിടയിൽ ഇരിക്കുകയായിരുന്ന ജമീൽ എന്നെ കണ്ടപ്പോൾ ചാടിയെഴുന്നേറ്റു.

സ്റ്റേ ഓർഡറിന്റെ ബലത്തിൽ പൊലീസുകാർ അയാളെ തിരികെ സ്റ്റേഷനിലേക്ക് കൊണ്ടുവന്നു വീട്ടിലേക്ക് പോകാൻ അനുവദിച്ചു.

ജമീലിന്റെ കണ്ണുകളിൽ സന്തോഷത്തിന്റെ പുഴ ഒഴുകുന്നുണ്ടായിരുന്നു. അയാൾ എന്നെ കെട്ടിപ്പിടിച്ചു.

അപ്പോഴും എന്റെ മനസ്സ് വിങ്ങുകയായിരുന്നു. ജമീൽ ഒരു ദിവസം മടങ്ങിപ്പോകേണ്ടിവരുമല്ലോ എന്നോർത്ത്.

പരോപകാരി പരമേശ്വരൻ

അൻപതിനായിരം രൂപയും, അതിന്റെ പലിശയും, കോടതിച്ചെല വുമടക്കം ഒരു ലക്ഷത്തി രണ്ടായിരംരൂപ അടയ്ക്കുന്നതിന് ആവശ്യപ്പെ ട്ടുകൊണ്ടുള്ള ഹർജിയും സമൻസുമായിട്ടാണ് സോമൻ വന്നത്.

"ഞാൻ ഒരു പണവും ബാങ്കിൽ നിന്ന് വായ്പ വാങ്ങിയിട്ടില്ല സാർ. പിന്നെയെന്താ ഇങ്ങിനെ?"

സമൻസിനോടൊപ്പമുള്ള ഹർജി വായിച്ചപ്പോഴാണ് സോമൻ ജാമ്യ ക്കാരനാണെന്നുള്ളത് മനസ്സിലായത്.

"നീ ആർക്കെങ്കിലും ജാമ്യം നിന്നിട്ടുണ്ടോ. ബാങ്ക് ലോണിന്?"

"ഇല്ല സാർ?"

"നീ അവിടെ ഇരുന്ന് ഒന്നുകൂടി ആലോചിച്ചു നോക്കൂ."

അവൻ അടുത്തുള്ള ചാരുബെഞ്ചിൽ ഇരുന്നു.

മുഷിഞ്ഞ വസ്ത്രങ്ങളും എണ്ണമയമില്ലാത്ത മുടിയും സോമന്റെ ദാരിദ്ര്യം വിളിച്ചറിയിക്കുന്നതായിരുന്നു. ഒരു ദീർഘ നിശ്വാസത്തോടെ അവൻ ഓർമ്മയുടെ കയങ്ങൾ ചികഞ്ഞുതുടങ്ങി. പിന്നീടവൻ ഉറപ്പിച്ചു പറഞ്ഞു: "ഇല്ല സാർ?"

"ഇലപ്പുള്ളി പരമേശ്വരനെ അറിയുമോ?" ഹർജിയിലെ ഒന്നാം എതിർകക്ഷിയുടെ പേര് വായിച്ചുകൊണ്ട് ഞാൻ ചോദിച്ചു.

"പരമേട്ടനോ? അയാൾ വീട് മാറിപ്പോയില്ലേ. ഒരു പത്തു വർഷം മുൻപ്. വീടിനടുത്തു താമസിച്ചിരുന്ന നല്ല മനുഷ്യനായിരുന്നു. പരോപ കാരി."

"എന്നാൽ ആ പരോപകാരിയാണ് നിനക്ക് പാരവെച്ചിട്ടുള്ളത്."

"പരമേട്ടന്റെ കൂടെ കച്ചേരിക്കടവ് സർവ്വീസ് ബാങ്കിൽ ഞാൻ പോയി രുന്നു. ഒരു പ്രശ്നവുമുണ്ടാകില്ലെന്നും വെറുതെ ഒരു വെള്ളക്കടലാസിൽ

ഒപ്പിട്ടാൽ മതിയെന്നാണ് പറഞ്ഞത്. മെമ്പർഷിപ്പിന്റെ പണമെല്ലാം അയാളാണ് അടച്ചത്?"

"അപ്പോൾ നിനക്ക് കാര്യമെല്ലാം തെളിഞ്ഞുവരുന്നുണ്ട് അല്ലേ?"

"അതിന് ഞാൻ പണമൊന്നും ബാങ്കിൽനിന്ന് വാങ്ങിയിട്ടില്ലല്ലോ സാർ, ആയിരം രൂപ യാത്രച്ചെലവായി അയാൾ തന്നിരുന്നു. അത്രമാത്രം."

പലപ്പോഴും ജാമ്യം നില്ക്കുന്നവർ അതിന്റെ ഭവിഷ്യത്തിനെക്കുറിച്ചു ഓർക്കാറില്ല. ഇവിടെ സോമനും സംഭവിച്ചത് ഇതു തന്നെയാണ്.

"സോമാ, നീ ബാങ്കിൽ എത്ര കടലാസിൽ ഒപ്പിട്ടു കൊടുത്തിട്ടുണ്ട്?"

"മൂന്ന് നാല് കടലാസുകളിൽ ഒപ്പിട്ടിട്ടുണ്ട്."

"ഒപ്പിടുന്നതിനു മുൻപ് അതിൽ എഴുതിയതെന്താണെന്ന് വായിച്ചു നോക്കിയിട്ടുണ്ടോ?"

"ഒന്നും വായിച്ചു നോക്കിയിട്ടില്ല. പേടിക്കാനൊന്നുമില്ലെന്നാണ് പരമേട്ടൻ പറഞ്ഞത്. പരമേട്ടൻ അങ്ങനെ പറ്റിക്കുന്നവനല്ല"

ഇപ്പോഴും സോമന് പരമേശ്വരനോടുള്ള വിശ്വാസം നഷ്ടപ്പെട്ടിട്ടില്ല.

"എടോ, എന്നാൽ നീ അവനോട് പോയി പറയൂ, ബാങ്കിൽനിന്നും വായ്പ എടുത്ത പണം അടച്ചു തീർക്കാൻ?"

"അതിന് അയാള് പത്തുകൊല്ലം മുൻപേ പോയില്ലെ? ഇപ്പോൾ ഒരു വിവരവുമില്ല."

"എന്നാൽ നീ ആ പണം അടയ്ക്കേണ്ടതായി വരും. ബാങ്കിൽ നിന്നും കടം വാങ്ങിയവനും ജാമ്യക്കാരനും വായ്പ തിരിച്ചടയ്ക്കേണ്ട കാര്യത്തിൽ തുല്യ പങ്കാളിത്തമാണ്."

"എന്റെ കൈയിൽ പണമൊന്നുമില്ല സർ."

"പണമില്ലെങ്കിൽ സ്വത്ത് ജപ്തി ചെയ്യും."

"എന്റെ പേരിൽ സ്വത്തുമില്ല."

"എന്നാൽ ജയിലിൽ പോകേണ്ടതായി വരും."

സോമൻ തലയിൽ കൈവെച്ചുകൊണ്ട് പതുക്കെ ബെഞ്ചിൽ ഇരുന്നു.

പുസ്തകക്കൊള്ളക്കാരൻ

മോഷണക്കേസുകൾ നടത്തുന്നതിൽ വിദഗ്ദ്ധനാണ് ആനന്ദ് വക്കീൽ. നിയമ പഠനത്തിൽ സ്വർണ്ണമെഡൽ നേടിയിട്ടുണ്ട്. നിയമ പുസ്തകങ്ങൾക്കൊപ്പം സാഹിത്യവും വായിക്കുന്ന അപൂർവ്വം ചില അഭിഭാഷകരിൽ ഒരാൾ.

കോടതിയിലേക്ക് വരുമ്പോൾ ഏതെങ്കിലുമൊരു സാഹിത്യകൃതിയുമായിട്ടായിരിക്കും വരിക. വക്കീലന്മാരുടെ ജീവിതത്തിൽ ഏറെ സമയവും കേസു വിളിക്കാൻ കാത്തിരുന്നിട്ട് കൊഴിഞ്ഞു പോകാറുണ്ട്. ആ ഇടവേളകളെ സമ്പന്നമാക്കുന്നതിനുവേണ്ടിയാണ് ആനന്ദ് പുസ്തകങ്ങൾ കരുതുന്നത്.

ഒരിക്കൽ നോവൽ വായനയിൽ മുഴുകിപ്പോയ ആനന്ദ് തന്റെ കേസ് വിളിച്ചത് അറിഞ്ഞില്ല. കൂട്ടിലുള്ള പ്രതിയോട് മജിസ്ട്രേട്ട് ചോദിച്ചു: "ആരാണെടോ തന്റെ വക്കീൽ?"

ആനന്ദിന് നേരെ പ്രതി കൈചൂണ്ടിയപ്പോഴാണ് തൊട്ടടുത്തിരിക്കുന്ന വക്കീൽ ആനന്ദിനെ തൊട്ടുണർത്തിയത്.

പെട്ടെന്ന് ആനന്ദ് ചാടിയെഴുന്നേറ്റു.

മജിസ്ട്രേട്ട് തമാശയോടെ പറഞ്ഞു: "വക്കീൽ നോവൽ വായിച്ചോളൂ. ഞാൻ ഇയാളെ റിമാൻഡ് ചെയ്യാൻ പോവുകയാണ്."

ഉടനെ, ആനന്ദ് ക്ഷമാപണത്തോടെ പ്രതിക്കുവേണ്ടിയുള്ള ജാമ്യ ഹർജി മജിസ്ട്രേട്ടിന് നല്കി.

പ്രതിക്ക് ജാമ്യം നല്കിയതിനുശേഷം മജിസ്ട്രേട്ട് പറഞ്ഞു: "മിസ്റ്റർ ആനന്ദ്, ഈ നോവലും മറ്റും വായിച്ചിട്ട് സമയം കളയുന്നതെന്തിനാണ്. വല്ല നിയമപുസ്തകവും വായിച്ചുകൂടെ?"

ആനന്ദ് ചിരിച്ചുകൊണ്ട് പറഞ്ഞു: "എപ്പോഴും നിയമപുസ്തകങ്ങൾ

വായിച്ചുകൊണ്ടിരുന്നാൽ മരിച്ചുപോകും സാർ, എന്റെ ജീവൻ നില നിർത്തുന്നത് സാഹിത്യമാണ്."

പ്രതിക്ക് ജാമ്യം ലഭിച്ചതിനുശേഷം ആനന്ദ് പ്രതിയുമായി പുറത്തേക്കിറങ്ങി. ഓഫീസിലെത്തിയപ്പോൾ പ്രതി ചോദിച്ചു: "സാറെന്താ പറഞ്ഞത്, പുസ്തകങ്ങൾ വായിച്ചില്ലെങ്കിൽ മരിച്ചുപോകുമെന്നോ, പുസ്ത

കങ്ങൾ മരുന്നാണോ സാർ?"

"അതേടോ മരുന്നുതന്നെയാണ്."

മൊബൈൽ ഷോപ്പിൽനിന്നും പത്തോളം മൊബൈൽ ഫോണുകൾ കവർച്ച ചെയ്ത വിൻസെന്റിന് പുസ്തകങ്ങളുടെ വില അപ്പോഴാണ് മനസ്സിലായത്.

ഒരു മാസത്തിനുശേഷം കേസ് വെച്ചതായ തീയതിക്ക് വിൻസെന്റ് ആനന്ദിന്റെ മുന്നിൽ ഹാജരായിക്കൊണ്ട് പറഞ്ഞു:

"സാർ, ഞാൻ കുറച്ചു മരുന്നുകൾ കൊണ്ടുവന്നിട്ടുണ്ട്. ഇങ്ങോട്ട് എടുക്കട്ടെ?"

ആനന്ദ് കാര്യം മനസ്സിലാകാതെ പകച്ചു നിന്നു. വിൻസെന്റ് വലിയ ഒരു കാർഡ്ബോഡ് പെട്ടി വക്കീലിന്റെ മേശപ്പുറത്തു വെച്ചു. പെട്ടി തുറന്നു കുറേ പുതിയ പുസ്തകങ്ങൾ പുറത്തേക്കെടുത്തു. ഓർഹാൻ പാമുഖിന്റെ "*മൈ നെയിം ഈസ് റെഡ്*" ബോർഹസിന്റെ *കഥകൾ*, ഖലീൽ ജിബ്രാന്റെ *തെരഞ്ഞെടുത്ത കൃതികൾ*, ടി പത്മനാഭന്റെ "*ഗൗരി*", *ഒ എൻ വി കവിതകൾ* തുടങ്ങിയവ.

പുതിയ പുസ്തകങ്ങളുടെ മണം വക്കീലിനെ ഉന്മത്തനാക്കി.

"താൻ വിലകൊടുത്തു വാങ്ങിയതാണോ ഇതൊക്കെ?" വക്കീൽ ചോദിച്ചു.

"വിലകൊടുത്തു വാങ്ങുകയോ? ഞാനൊന്നും വിലകൊടുത്തു വാങ്ങാറില്ല സാർ."

"പിന്നെ?"

"പി സി ബുക്സ് കൊള്ളയടിച്ചു."

പെട്ടെന്ന് വക്കീലിന് വിൻസെന്റിനോട് വെറുപ്പ് തോന്നി. ഒപ്പം ഒരു പുസ്തക കൊള്ളക്കാരനെ ജീവിതത്തിലാദ്യമായി നേരിൽക്കണ്ടതായ സന്തോഷവും.

മോട്ടോർ വികാസ്

രാവിലെ നടക്കാനിറങ്ങിയതായിരുന്നു. പൂരപ്പറമ്പിന് അടുത്തു വെച്ച് ഒരു മോട്ടോർ സൈക്കിൾ പിന്നിൽനിന്നും ഇടിച്ചു. വണ്ടി ഇടിച്ചത് മാത്രം ഓർമ്മയുണ്ട്. ബോധം തെളിഞ്ഞപ്പോൾ സർക്കാർ ആശുപത്രിയിൽ കിടക്കുകയായിരുന്നു.

ഡോക്ടർ പറഞ്ഞു: "പേടിക്കേണ്ട, ചെറിയ പരിക്കുകൾ മാത്രമേ ഉള്ളൂ. രണ്ട് ദിവസംകൊണ്ട് പോകാം."

ഭാര്യ അടുത്ത് തന്നെയുണ്ട്. തോർത്തെടുത്തു കഴുത്തിലെ വിയർപ്പ് തുടയ്ക്കുന്നതിനിടയിൽ ഒരാൾ മുറിയിലേക്ക് കടന്നുവന്നു.

"സുഖമുണ്ടോ?"

ഉണ്ടെന്നോ ഇല്ലെന്നോ പറയാതെ അപരിചിതന്റെ മുഖത്തേക്ക് തുറിച്ചു നോക്കിയപ്പോൾ അയാൾ പറഞ്ഞു:

"പേടിക്കേണ്ട. സുദേവൻ ഡോക്ടർ നല്ല ഡോക്ടറാണ്. പക്ഷേ, പെട്ടെന്ന് ഡിസ്ചാർജ് വാങ്ങി പുറത്തിറങ്ങേണ്ട. ഒരാഴ്ചയെങ്കിലും കിടക്കുന്നതാണ് നല്ലത്." അയാൾ തന്റെ ചുമലിലെ സഞ്ചിയിൽനിന്നും കുറച്ചു നാരങ്ങയെടുത്തു മേശപ്പുറത്തു വെച്ചു.

വീണ്ടും സംശയത്തോടെ അയാളുടെ മുഖത്തേക്ക് നോക്കിയപ്പോൾ അയാൾ പറഞ്ഞു:

"നിങ്ങൾക്കെന്നെ അറിയില്ലെങ്കിലും എനിക്ക് നിങ്ങളെ അറിയാം. ആധാരം എഴുതുന്നതിന് ഞാൻ നിങ്ങളുടെ ഓഫീസിൽ വന്നിട്ടുണ്ട്. എന്റെ മരുമകൻ ഇവിടെ കിടക്കുന്നുണ്ട്. അപ്പോഴാണ് നിങ്ങളെ കണ്ടത്?"

എങ്ങനെയെങ്കിലും ആശുപത്രിയിൽനിന്നും പുറത്തുകടന്നാൽ മതിയെന്ന ചിന്തയിലിരിക്കവേയാണ് അപരിചിതന്റെ ഉപദേശം. ഇതുവരെ

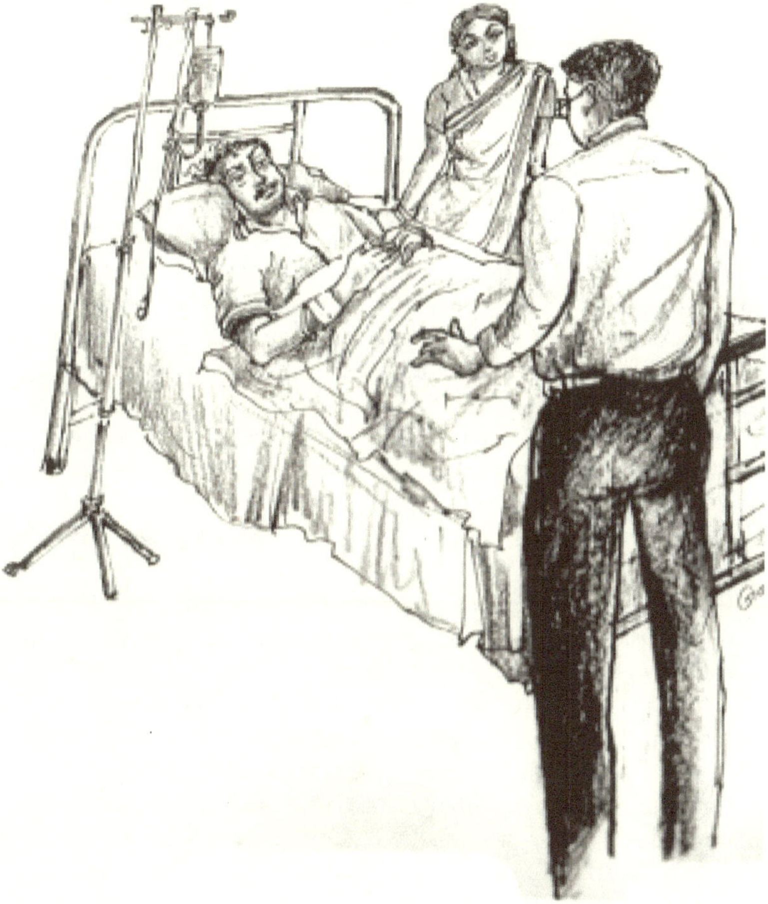

ഇങ്ങനെയൊരു പ്രതിസന്ധിയിൽ പെട്ടിട്ടില്ല. ചെറിയ പനിപോലുള്ള അസുഖങ്ങൾ പിടിപെട്ടു എന്നല്ലാതെ ഒരിക്കലും ഒരാശുപത്രിയിലും കിട ക്കേണ്ടി വന്നിട്ടില്ല.

ഡോക്ടർ രണ്ടു ദിവസംകൊണ്ട് പോകാമെന്ന് പറഞ്ഞതാണല്ലോ. ഇയാളെന്തിനാണ് ഒരാഴ്ചയെങ്കിലും കിടക്കണമെന്ന് പറയുന്നത്?

"താങ്കൾക്ക് ഡോക്ടറെ പരിചയമുണ്ടെങ്കിൽ ഇന്ന് തന്നെ ഡിസ്ചാർജ് ചെയ്യുവാൻ പറയുമോ? ഞാൻ വീട്ടിൽ പോയി കിടന്നു

കൊള്ളാം"

"പാടില്ല, പാടില്ല നിങ്ങൾക്ക് നഷ്ടപരിഹാരം കൂടുതൽ കിട്ടണമെങ്കിൽ കുറച്ചു ദിവസങ്ങൾകൂടി ഇവിടെ കിടക്കുന്നതാണ് നല്ലത്. കേസിന്റെ കാര്യത്തിൽ എല്ലാ സഹായവും ഞാൻ ചെയ്തു തരാം. ഞാൻ എന്നെ പരിചയപ്പെടുത്താൻ മറന്നുപോയി. എന്റെ പേര് അഡ്വക്കേറ്റ് വികാസ് പൊന്നൂക്കാരൻ."

ഡോക്ടർ വരുന്നതു കണ്ടപ്പോൾ അയാൾ നാളെ വരാമെന്ന് പറഞ്ഞു പുറത്തേക്ക് പോയി.

പൊന്നൂക്കാരൻ പുറത്തേക്ക് പോയപ്പോൾ ഭാര്യ പറഞ്ഞു "എന്തു നല്ല മനുഷ്യൻ!"

അപ്പോഴാണ് തൊട്ടടുത്ത കട്ടിലിനടുത്തുനിന്നും രോഗിയെ പരിചരിച്ചു കൊണ്ടിരുന്ന ചെറുപ്പക്കാരൻ എന്റെ അടുത്തേക്ക് വന്നത്.

"പൊന്നൂക്കാരൻ വക്കീൽ സ്പെഷ്യലിസ്റ്റാണ്. അപകടക്കേസുകളിൽ നഷ്ടപരിഹാരം വാങ്ങിക്കൊടുക്കുന്ന സ്പെഷ്യലിസ്റ്റ്. നിങ്ങളുടെ കേസ് അയാളെ ഏല്പിച്ചാൽ മതി."

പിറ്റേ ദിവസം രാവിലെ പ്രാതൽ കഴിക്കാൻ നേരത്ത് പൊന്നൂക്കാരൻ വീണ്ടും വന്നു. വക്കീലിനെ കണ്ടപ്പോൾ ആശ്വാസം തോന്നി. ഇതുവരെ ബന്ധുക്കളാരും തിരിഞ്ഞു നോക്കിയിട്ടില്ല.

പ്രാതലിനുശേഷം ഞാൻ ചോദിച്ചു: "വക്കീലിന്റെ ഓഫീസ് എവിടെയാ?"

"കോടതിക്കടുത്തു വില്ലേജാഫീസിൽ പോകുന്ന വഴി."

വക്കീൽ ചുമലിലെ ബാഗിൽനിന്നും ഇളം പച്ച നിറത്തിലുള്ള ഒരു കടലാസ് പുറത്തെടുത്തുകൊണ്ട് പറഞ്ഞു:

"വക്കാലത്ത് ഫോമാണ്. ഇതിൽ ഒന്ന് ഒപ്പിട്ടു തരണം. കേസ് കൊടുത്തു പണം വാങ്ങിത്തരുന്ന കാര്യം ഞാനേറ്റു."

ആശുപത്രിയിൽനിന്നും ഡിസ്ചാർജ് ആയതിനുശേഷം ഒരാഴ്ച കഴിഞ്ഞ് വക്കീലിനെ കാണുന്നതിനായി കോടതിക്കടുത്തു ബസിറങ്ങി, വില്ലേജ് ആഫീസിനടുത്തുവെച്ചു പെട്ടിക്കടക്കാരനോട് പൊന്നൂക്കാരന്റെ ഓഫീസ് അന്വേഷിച്ചു.

"ഓ, മോട്ടോർ വികാസ്". അയാൾ നീല പെയിന്റടിച്ച കെട്ടിടത്തിന് നേരെ കൈചൂണ്ടി

നീല കെട്ടിടത്തിന് മുന്നിലെ വലിയ ബോർഡിൽ പൊന്നൂക്കാരന്റെ പേര് തിളങ്ങുന്നു. ഹർജികളിൽ ഒപ്പിട്ടതിനുശേഷം അയാൾ ഫീസ് കൊടുക്കുന്നതിനായി കീശയിൽ കൈയിട്ടപ്പോൾ പൊന്നൂക്കാരൻ പറഞ്ഞു. "ഇപ്പോൾ പണമൊന്നും വേണ്ട. കേസ് കഴിയട്ടെ."

ഒരു വർഷത്തിനുശേഷം 1,20,000 രൂപ കോടതി വിധിച്ചതായി പൊന്നൂക്കാരൻ അറിയിച്ചു.

ജഡ്ജിയിൽനിന്നും ചെക്ക് കൈപ്പറ്റിയതിനുശേഷം പൊന്നൂക്കാരന്റെ മുന്നിലേക്ക് ചെക്കുമായി ചെന്നു.

"സാർ, എത്രയാണ് ഫീസ്?"

"പകുതി."

"പകുതിയോ?"

"അതെ, 60,000 രൂപ."

"വിധിച്ച സംഖ്യയുടെ പകുതിയോ?" ഞാൻ തലയിൽ കൈവച്ചു.

അപ്പോൾ പൊന്നൂക്കാരൻ ഗൗരവത്തിൽ പറഞ്ഞു:

"ഞാൻ ഇതുവരെ ഫീസൊന്നും വാങ്ങിയിട്ടില്ലല്ലോ? എന്റെ ഫീസ് 60,000 രൂപ കിട്ടിയാൽ മാത്രമേ ഈ ചെക്ക് തരികയുള്ളൂ." അയാൾ ചെക്ക് മേശവലിപ്പിൽ ഇട്ടുകൊണ്ട് പറഞ്ഞു.

അപ്പോഴാണ് പൊന്നൂക്കാരൻ വിരിച്ച വലയുടെ വ്യാപ്തി എനിക്ക് മനസ്സിലായത്.

ചെക്ക് കേസ്

ചെക്ക് കേസിന്റെ സമൻസുമായാണ് അലക്സ് കുര്യാക്കോസ് എന്റെ അടുത്തേക്ക് വന്നത്.

"സർ, ഞാൻ 50,000 രൂപയാണ് ബെന്നിയിൽനിന്നും വാങ്ങിയത്. 30,000 രൂപയോളം പലതവണകളായി തിരിച്ചുകൊടുത്തതാണ്. ഇപ്പോ ഴിതാ 1,00,000 രൂപ വായ്പ വാങ്ങി എന്ന് പറഞ്ഞു കേസ് കൊടുത്തിരി ക്കുന്നു." അവൻ വിഷമത്തോടെ പറഞ്ഞു.

"ചെക്ക് ബാങ്കിൽനിന്നും മടങ്ങിയ വിവരം അറിയിച്ചുകൊണ്ട് ബെന്നിയുടെ വക്കീൽ നിനക്ക് നോട്ടീസ് അയച്ചോ?"

"ഇല്ല സാർ"

അയാൾ കൈയിലുള്ള കടലാസുകളെല്ലാം എന്നെ ഏല്പിച്ചു. നോക്കിയപ്പോൾ പരാതിക്കോപ്പിയും വക്കീൽ നോട്ടീസുമെല്ലാം അതിൽ ഉണ്ട്.

"മറുപടി അയക്കണമായിരുന്നു."

"എനിക്കറിയില്ലായിരുന്നു സാർ."

പരാതിക്കോപ്പി വായിച്ചപ്പോൾ ബെന്നിയുടെ വക്കീൽ സുന്ദരാ ണെന്ന് മനസ്സിലായി. പേരുപോലെ സുന്ദരനാണ് സുന്ദറെങ്കിലും മനസ്സ് അങ്ങനെയല്ല. ബ്ലാങ്ക് ചെക്കാണെങ്കിൽ വക്കീലിന്റെ ഭാവനയ്ക്കനുസ രിച്ച് സംഖ്യ ചേർത്ത് വലിയൊരു സംഖ്യ ഫീസായി കൈപ്പറ്റും.

"നീ കൊടുത്തത് സംഖ്യ ചേർക്കാത്ത ചെക്കാണോ?"

"അതെ സാർ."

അലക്സ് കുര്യാക്കോസ് കൂലിപ്പണിക്കാരനാണ്. അദ്ധ്വാനിച്ച് കുടുംബം പുലർത്തുന്നവൻ. ഭാര്യക്ക് ക്യാൻസർ വന്നപ്പോൾ 50,000 രൂപ പലിശയ്ക്ക് ബെന്നിയിൽനിന്നും വാങ്ങിയതാണ്. 30,000 രൂപ കൊടു

ത്തിട്ടും ആറുമാസംകൊണ്ട് ഒരുലക്ഷം രൂപ കിട്ടണമെന്നാവശ്യപ്പെട്ടാണ് കേസ് കൊടുത്തിട്ടുള്ളത്. പലപ്പോഴും ബ്ലാങ്ക് ചെക്ക് കൈയിൽ കിട്ടിയാൽ വക്കീലിന്റെ നിർദ്ദേശ പ്രകാരമോ ചിലപ്പോൾ കക്ഷി തന്നെയോ അധിക സംഖ്യ ചേർക്കുക പതിവുണ്ട്.

"എടോ ബെന്നി പലിശയ്ക്ക് പണം കൊടുക്കുന്നവനാണോ?"

"അല്ല സാർ, ചെറിയൊരു പലിശ കൊടുക്കണം അത്രമാത്രം. അവൻ എന്നെ വിഷമഘട്ടത്തിൽ സഹായിച്ചതാണ്."

"സമൻസ് കിട്ടിയതിനുശേഷം അവനെ കണ്ടോ?"

"കണ്ടു സാർ, കേസെല്ലാം വക്കീലിനെ ഏല്പിച്ചെന്നാണ് പറഞ്ഞത്. ഇനി കേസ് തീർക്കണമെങ്കിൽ അവന്റെ വക്കീലിന്റെ അനുവാദം വേണമെന്നും പറഞ്ഞു."

കേസ് അദാലത്തിലും മീഡിയേറ്റർ മുമ്പാകെയും ഒത്തുതീർപ്പിന് വന്നപ്പോൾ 1,30,000 രൂപ കിട്ടണമെന്ന് വക്കീൽ വാശിപിടിച്ചു.

കേസിന്റെ വിചാരണ ദിവസം പരാതിക്കാരനായ ബെന്നിയെ ക്രോസ് വിചാരണ ചെയ്യുന്ന വേളയിൽ ചെക്ക് കാണിച്ചുകൊണ്ട് ചോദിച്ചു:

"ഈ ചെക്കിലെ പേരും സംഖ്യയും നിങ്ങൾ എഴുതിയതാണോ?"

"അല്ല."

"പിന്നെ ആരാണ് എഴുതിയത്?"

"അലക്സ്."

മറ്റൊരു കടലാസിൽ അയാളെക്കൊണ്ട് എഴുതിച്ചപ്പോൾ ബെന്നിയുടെ കൈയക്ഷരവുമായി സാമ്യമുണ്ട്. കൂടാതെ സഹകരണ ബാങ്കിൽ നിന്നും പണം എടുത്താണ് അലക്സിന് നല്കിയതെന്ന് പറഞ്ഞെങ്കിലും ബാങ്ക് അക്കൗണ്ട് പരിശോധിച്ചപ്പോൾ അങ്ങനെയൊരു സംഖ്യ പിൻവലിച്ചിട്ടുമില്ല.

ചെക്ക് കേസിൽ പ്രതിയെ വെറുതെ വിട്ടുകൊണ്ട് വിധി പ്രഖ്യാപിച്ചപ്പോൾ അലക്സ് കുര്യാക്കോസ് എന്റെ അടുത്തേക്ക് ഓടിവന്നുകൊണ്ട് പറഞ്ഞു.

"വക്കീൽ എന്നെ രക്ഷിച്ചു."

അപ്പോൾ അതുവഴി കടന്നുപോവുകയായിരുന്ന ബെന്നിയോട് അവൻ പറഞ്ഞു:

"ബെന്നീ, കേസ് വിട്ടാലും നിനക്ക് തരാനുള്ള ബാക്കി പണം ഞാൻ തരും. പക്ഷേ, നിന്റെ വക്കീലിന് കൊടുക്കാൻ ആ പണം തികയുമെന്ന് തോന്നുന്നില്ല."

ബെന്നി വിഷമത്തോടെ പറഞ്ഞു.

"ഞാൻ സുന്ദരൻ വക്കീലിന്റെ വായിൽ പെട്ടുപോയതാണ്. ക്ഷമിക്കണം."

മുൻകൂർ ജാമ്യം

ഉച്ചഭക്ഷണം കഴിഞ്ഞ്, ഓഫീസിലിരിക്കുമ്പോഴാണ് അച്ചൻ റോഡിലൂടെ നടന്നുവരുന്നതു കണ്ടത്. പള്ളിപ്പിരിവിനോ, കുട്ടികൾക്ക് വല്ല നിയമ ക്ലാസുകളെടുക്കാൻ ആവശ്യപ്പെടുന്നതിനോ ആയിരിക്കും അച്ചന്റെ വരവെന്നാണ് ഞാൻ ഊഹിച്ചത്.

"എന്താണച്ചോ ഈ സമയത്ത്?"

"ചെറിയ ഒരു പ്രശ്നമുണ്ട്." ടവ്വലെടുത്തു വിയർപ്പ് തുടച്ചുകൊണ്ട് അച്ചൻ പറഞ്ഞു.

"എന്താണ് പ്രശ്നം?"

"മുൻകൂർ ജാമ്യം വേണം."

"ആർക്ക്?"

"എനിക്ക് തന്നെ."

ഇടവകയിൽ ആർക്കെങ്കിലും ആയിരിക്കുമെന്നാണ് ആദ്യം കരുതിയത്. എന്നാൽ പ്രശ്നങ്ങൾക്കൊക്കെ കുമ്പസാരക്കൂട്ടിലിരുന്നു യേശുവിന്റെ നാമത്തിൽ പരിഹാരമേകുന്ന അച്ചന് എന്താണ് പ്രശ്നം?

വെളുത്തു സുന്ദരനായ അച്ചന്റെ മുഖം ചുവന്നു തുടുത്തു. പറയാൻ വാക്കുകൾ കിട്ടാതെ അയാൾ വിഷമിച്ചുകൊണ്ടിരുന്നു.

"ഒരബദ്ധം പറ്റി. കൊക്കാട്ടെ പൈലിയുടെ മകൾ പൊലീസിൽ പരാതിപ്പെട്ടിരിക്കയാണ്, അവളെ ഞാൻ ഗർഭിണിയാക്കിയെന്ന്."

"ആണോ?"

അച്ചൻ മറുപടിയൊന്നും പറഞ്ഞില്ല.

ഇടവകയിലെല്ലാവർക്കും പ്രിയപ്പെട്ടവൻ. അസ്സലായി പാട്ടുപാടും. പൂമേലിൽ വർഗ്ഗീസച്ചൻ ഇങ്ങനെയൊരു കാര്യം ചെയ്യുമെന്ന് ആർക്കും വിശ്വസിക്കാൻ പറ്റുകയില്ല.

"പെൺകുട്ടിക്ക് പ്രായമെത്രയായി?"

"പത്തിരുപത് വയസ്സുകാണും"

"ഇത്തരം കേസുകളിൽ മുൻകൂർ ജാമ്യം കിട്ടാൻ പ്രയാസമാണ്."

സുന്ദരനായ വർഗ്ഗീസച്ചന്റെ ളോഹ ഊർന്നു വീണതായും അച്ചൻ ജയിൽപ്പുള്ളിയുടെ വേഷത്തിൽ നില്ക്കുന്നതുമായ ചിത്രം മനസ്സിൽ

തെളിഞ്ഞു.

"അച്ചനിതെന്തുപറ്റി?"

"എന്നെ ചതിയിൽ പെടുത്തിയതാണ് വക്കീലെ."

"നിങ്ങൾ അവളുമായി ശാരീരിക ബന്ധത്തിൽ ഏർപ്പെട്ടിട്ടില്ലെ?"

"അവളുടെ അമ്മ സലോമി ബംഗ്ലാവിലെ തോട്ടപ്പണികളൊക്കെ ചെയ്യുന്നവളാണ്. അല്പം സ്വഭാവദൂഷ്യമുണ്ട്. അവളാണ് എന്നെ തെറ്റിലേക്ക് നയിച്ചത്. ഒന്ന് രണ്ട് പ്രാവശ്യം അവളുടെ ആഗ്രഹം ഞാൻ സാധിച്ചുകൊടുത്തിട്ടുണ്ട്."

എന്റെ മുന്നിലിരിക്കുന്ന വെളുത്ത ളോഹയണിഞ്ഞ വൈദികന്റെ മുഖത്തേക്ക് ഞാൻ സൂക്ഷിച്ചു നോക്കി. ഇത് വർഗ്ഗീസ് അച്ചൻ തന്നെയല്ലെ? പാവങ്ങൾക്ക് പരിഹാരമേകുന്നവൻ.

"അഞ്ചാറുമാസം മുൻപ് അവൾ പതിനായിരം രൂപ വായ്പ ചോദിച്ചു. തല്ക്കാലം എന്റെ കൈയിൽ പണമൊന്നുമില്ലെന്ന് പറഞ്ഞു ഒഴിഞ്ഞുമാറി. പക്ഷേ, ഒരുദിവസം അവൾ തന്റെ മകളെ എന്റെ ബംഗ്ലാവിലേക്കയച്ചു. അങ്ങനെ സംഭവിച്ചുപോയതാണ്. സലോമി ചെയ്ത ചതിയാണിത്."

"അച്ചൻ അപ്പോൾ നിരപരാധിയാണ്."

"ഒരബദ്ധം പറ്റി വക്കീലെ, എങ്ങനെയെങ്കിലും രക്ഷിക്കണം."

"ഒരബദ്ധമല്ല. രണ്ടബദ്ധം. അച്ചൻ പാപം ചെയ്യുന്നതിന് മുൻപ് മുൻകൂർ ജാമ്യഹർജി കർത്താവിന്റെ മുന്നിൽ സമർപ്പിച്ചിരുന്നുവെങ്കിൽ ഇങ്ങനെയൊന്നും സംഭവിക്കില്ലായിരുന്നു. അച്ചൻ ഒരു കാര്യം ചെയ്യൂ. ഈ ളോഹയൊക്കെ അഴിച്ചുവെച്ച് ഒരു സാധാരണ മനുഷ്യനായിട്ട് വരൂ. എന്നിട്ടാലോചിക്കാം മുൻകൂർ ജാമ്യത്തെക്കുറിച്ച്."

അച്ചൻ വിയർപ്പ് തുടച്ചുകൊണ്ട് ഓഫീസിന്റെ പടികളിറങ്ങി.

ക്രിസ്തുമസ് കേക്ക്

എന്താണ് പ്രശ്നമെന്ന് ചോദിച്ചപ്പോൾ ഒന്നുമില്ല, ഒന്നുമില്ല എന്ന് പറഞ്ഞ് ഒഴിഞ്ഞുമാറുകയാണ് അവൾ ചെയ്തത്.

"ഒന്നുമില്ലെങ്കിൽ, നീ ഇങ്ങോട്ട് വന്നതെന്തിനാണ്?" ഞാൻ അവളുടെ അച്ഛനോട് ചോദിച്ചു.

"ഇവൾ ഒന്നും പറയുന്നില്ല സാർ, അവൻ കൂട്ടാൻ വന്നിട്ട് പോകുന്നുമില്ല. ഞാനെന്താണ് ചെയ്യുക?"

അച്ഛനോട് കുറച്ചു സമയം പുറത്തിരിക്കാൻ പറഞ്ഞതിനുശേഷം ഞാൻ അവളോട് ചോദിച്ചു.

"കുട്ടി പറയാൻ മടിക്കുന്ന കാര്യം എന്താണ്? ഡോക്ടറോടും വക്കീലിനോടും എല്ലാക്കാര്യങ്ങളും തുറന്നു പറയണം. എന്നാൽ മാത്രമേ ഫലപ്രദമായ പരിഹാരം കണ്ടെത്താൻ കഴിയുകയുള്ളൂ."

അവൾ മടിച്ചു മടിച്ചുകൊണ്ട് പറഞ്ഞു: "എപ്പോഴും റോയിച്ചന് ഒരു വിചാരമേയുള്ളൂ സാർ. സമയത്തും അസമയത്തുമെല്ലാം ഞാൻ അയാൾക്ക് കീഴടങ്ങണം. ഒരു തരം ബലാത്സംഗം. എനിക്ക് മടുത്തു സാർ. ചെറിയ കുട്ടി മുറിയിലുണ്ടെന്ന ചിന്തപോലും അയാൾക്കില്ല."

"എന്താണ് അയാൾക്ക് ജോലി?"

"അയാളുടെ ജോലി ഇതുതന്നെ. തിന്നാനും കുടിക്കാനുമുള്ളത് അയാളുടെ അപ്പൻ ഉണ്ടാക്കിയിട്ടുണ്ട്. വലിയ സ്വത്തുകാരാണ്. തെക്കിനിയിൽ പാപ്പച്ചന്റെ ഒരേ ഒരു മകൻ."

"വലിയ സ്ത്രീധനം കൊടുത്തുവോ?"

"പത്തുലക്ഷം രൂപയും നൂറു പവനും"

"മദ്യപാനമുണ്ടോ?"

"മദ്യപാനമൊന്നുമില്ല സാർ, ഈയൊരു കുഴപ്പമേയുള്ളൂ."

"നിങ്ങൾക്ക് അയാളെ ഇഷ്ടമാണോ?"

അവൾ ഒന്നും പറയാതെ തലകുനിച്ചിരുന്നു.

എന്താണ് പരിഹാരമെന്ന് ഞാൻ ആലോചിക്കുകയായിരുന്നു. കക്ഷി സാമ്പത്തികമായി കഴിവുള്ളവനാണ്. നല്ല ഫീസ് വാങ്ങി വിവാഹമോചനത്തിന് കേസ് കൊടുക്കാം. പക്ഷേ, അങ്ങനെയൊരു കേസിലേക്ക് പോകേണ്ട കാര്യമുണ്ടെന്ന് തോന്നുന്നില്ല. രണ്ടുപേരേയും യോജിപ്പിക്കാൻ പറ്റുമെങ്കിൽ രണ്ട് കുടുംബങ്ങൾ രക്ഷപ്പെട്ടും.

തെക്കിനിയിൽ പാപ്പച്ചൻ മുൻപ് ഒരു കേസുമായി ബന്ധപ്പെട്ട് വന്നിട്ടുണ്ട്. പാപ്പച്ചനെ വിളിച്ചു പ്രശ്നം പരിഹരിക്കാമെന്ന ധാരണയിൽ അച്ഛനോടും മകളോടും മറ്റൊരു ദിവസം വരാൻ വേണ്ടി ആവശ്യപ്പെട്ടു.

പാപ്പച്ചനെ വിളിച്ചു കാര്യം പറഞ്ഞപ്പോൾ അയാൾ മകനേയും കൂട്ടി ഓഫീസിലേക്ക് വന്നു.

പാപ്പച്ചനോട് പുറത്തിരിക്കാൻ പറഞ്ഞതിനുശേഷം ഞാൻ റോയിയോട് പറഞ്ഞു.

“റോയി, ലിൻസയും അവളുടെ അപ്പനും ഇന്നലെ ഇവിടെ വന്നിരുന്നു. വിവാഹമോചനത്തിന് കേസ് കൊടുക്കാൻ വേണ്ടി. പാപ്പച്ചനെ അറിയുന്നതുകൊണ്ടാണ് തന്നെ വിളിപ്പിച്ചത്. രണ്ടുപേർക്കും പൊരുത്തപ്പെട്ട് പോകാൻ പറ്റില്ലെങ്കിൽ യോജിച്ച് പിരിഞ്ഞുകൂടെ?”

പെട്ടെന്നവന്റെ മുഖം വല്ലാതാവുകയും കരച്ചിലിന്റെ സ്വരത്തിൽ അവൻ യാചിക്കുകയും ചെയ്തു: “അതു പറ്റില്ല സാർ, എനിക്കവളെ വേണം.”

"വേണമെന്ന് കരഞ്ഞിട്ടൊന്നും കാര്യമില്ല. അവളൊരു മനുഷ്യ സ്ത്രീയാണെന്ന കാര്യം നീ അംഗീകരിച്ചു കൊടുക്കണം."

അവൻ കാര്യം പിടികിട്ടാതെ പകച്ചുനിന്നു.

"ഇരുപത്തിനാല് മണിക്കൂറും കയറിയിറങ്ങാനുള്ള യന്ത്രമല്ല ഭാര്യ യെന്ന് നീ മനസ്സിലാക്കണം."

എന്റെ ഉറക്കെയുള്ള ശബ്ദം കേട്ട് ഭീതിയോടെ എന്നെ നോക്കി ക്കൊണ്ട് പറഞ്ഞു.

"സാർ ക്ഷമിക്കണം."

"നീ ബ്ലൂഫിലിം കാണാറുണ്ടോ?"

മറുപടിയെന്നും പറയാതിരുന്നപ്പോൾ ഞാൻ പറഞ്ഞു

"നീ ആദ്യം അത് നിർത്തണം. കൂടാതെ എന്തെങ്കിലും ഒരു തൊഴി ലിൽ ഏർപ്പെടണം?"

"നിർത്താം സാർ, ഞാൻ എന്തുവേണമെങ്കിലും ചെയ്യാം. ലിൻസ യില്ലാതെ ജീവിക്കാൻ എനിക്ക് വയ്യ."

ഒരാഴ്ച കഴിഞ്ഞുള്ള ക്രിസ്തുമസ് ദിനത്തിൽ വലിയൊരു ക്രിസ്തു മസ് കേക്കുമായി ലിൻസയും റോയിച്ചനും വന്നു. എന്റെ മേശപ്പുറത്തു വെച്ചിട്ടുള്ള കേസ്കെട്ടുകളിലേക്ക് ചൂണ്ടിക്കൊണ്ട് റോയിച്ചൻ ചോദിച്ചു

"സർ, ഈ കേസ്കെട്ടുകളിൽ ഞങ്ങളില്ലല്ലോ?"

ഒരു പൊട്ടിച്ചിരിയോടെ ക്രിസ്തുമസ് കേക്ക് ഞങ്ങൾ പങ്കുവെച്ചു.

തങ്കമ്മ

കോടതി കാന്റീനിലേക്ക് നടക്കുകയായിരുന്നു.

"ഏച്ചീ. ഒരു ടിക്കറ്റെടുക്കോ?"

തിരിഞ്ഞുനോക്കുമ്പോൾ തങ്കമ്മ. പഴയ സെക്ഷൻസ് കേസിലെ പ്രതി. തടിച്ച് വെളുത്ത് സുന്ദരിയായിരിക്കുന്നു.

"അല്ല, ഇതെപ്പോഴാണ് നീ ലോട്ടറി വില്പന തുടങ്ങിയത്?"

"ജീവിക്കേണ്ടെ ഏച്ചീ?"

ജീവിതം എന്നു കേട്ടപ്പോൾ പഴയ ഓർമ്മകൾ എനിക്കു ചുറ്റും മൂടൽമഞ്ഞുപോലെ പടർന്നു.

അവൾ പ്രതിയായി എന്റെ മുന്നിലേക്ക് വന്നപ്പോൾ ചോദിച്ചതാണ് "എന്തിനാണ് ഏച്ചീ ജീവിക്കുന്നത്? ഞാൻ മരിക്കാൻ തീരുമാനിച്ചതാണ്."

മദ്യപാനിയായ ഭർത്താവിന്റെ പീഡനം സഹിക്കവയ്യാതെ രണ്ട് വയസ്സുള്ള കുട്ടിയേയുമെടുത്തു അവൾ പുഴയിൽ ചാടിയതാണ്. ആരോ അവളെ രക്ഷപ്പെടുത്തി. കുട്ടി ഒഴുക്കിൽപ്പെട്ട് മരിക്കുകയും ചെയ്തു. കുട്ടിയെ കൊന്നുവെന്നതാണ് അവളുടെ പേരിലുള്ള കേസ്.

"ഇനി എന്തിനാണ് ഏച്ചീ ജീവിക്കുന്നത്? എന്റെ മകളും കൂടി നഷ്ടപ്പെട്ടു. ഞാൻ കുറ്റം സമ്മതിച്ച് ജയിലിൽ പോവുകയാണ്"

അവളുടെ സഹോദരനാണ് കേസുമായി എന്റെ അടുത്തേക്ക് വന്നത്. രണ്ടാഴ്ചക്കാലത്തോളം അവൾ ജയിലിൽ കിടന്നു. അപ്പോഴൊന്നും ആരും അവളെ തിരിഞ്ഞു നോക്കിയില്ല.

"കുട്ടിയെ കൊന്നവൾ മഹാപാപി. അവളിവിടെക്കിടക്കട്ടെ" യെന്നാണ് അച്ഛൻ പറഞ്ഞത്. സഹോദരൻ പറഞ്ഞിട്ടാണ് ജാമ്യമെടുത്തത്.

കേസ് ഡയറി പ്രകാരം 35 വയസ്സാണ് അവളുടെ പ്രായം.. ദാരിദ്ര്യവും കഷ്ടപ്പാടുകളുംകൊണ്ട് അവൾ ഒരു വൃദ്ധയായിത്തീർന്നിരിക്കുന്നു.

ജഡ്ജി കുറ്റപത്രം വായിച്ചു കേൾപ്പിച്ചുകൊണ്ട് അവളോട് ചോദിച്ചു. "കുറ്റം ചെയ്തിട്ടുണ്ടോ?"

അവൾ മറ്റൊരു ലോകത്തുനിന്നും അശരീരി കേട്ടതുപോലെ തലയാട്ടി.

ജഡ്ജി വീണ്ടും ചോദിച്ചു. "കുറ്റം ചെയ്തിട്ടുണ്ടോ?"

"ഉണ്ട്"

ജഡ്ജി എന്റെ മുഖത്തേക്ക് നോക്കിക്കൊണ്ട് പറഞ്ഞു: "ഞാൻ ശിക്ഷ വിധിക്കട്ടെ?"

ഞാൻ പരിഭ്രാന്തിയോടെ പറഞ്ഞു: "ബഹുമാനപ്പെട്ട കോടതി ക്ഷമിക്കണം. പ്രതി കാര്യം മനസ്സിലാക്കാതെയാണ് മറുപടി പറഞ്ഞത്. കേസ് കുറച്ച് സമയത്തേക്ക് മാറ്റിവെക്കണം."

ജഡ്ജി കേസ് മാറ്റിവെച്ചു.

അവൾ കോടതിക്ക് വെളിയിൽ വന്നപ്പോൾ ഞാനവളെ ശാസിച്ചു. "കുറ്റം നിഷേധിക്കണമെന്ന് നിന്നെ പഠിപ്പിച്ചതല്ലെ. പിന്നെയെന്താണിത്?"

"ഞാൻ കുറ്റം ചെയ്തിട്ടുണ്ട്." അവൾ തലതാഴ്ത്തിക്കൊണ്ട് പറഞ്ഞു.

"ജീവിതകാലം മുഴുവൻ നീ ജയിലിൽ കിടക്കേണ്ടതായി വരും. കഠിന ജോലികൾ ചെയ്യിപ്പിക്കും. നീ ചെറുപ്പക്കാരിയാണ്. അവിടെയും കഴുകന്മാരുണ്ട്."

പെട്ടെന്നവൾ ഞെട്ടിയുണർന്നുകൊണ്ട് എന്റെ മുഖത്തേക്ക് നോക്കി

"ഇനി രണ്ടാമതും കേസു വിളിക്കും. അപ്പോൾ കുറ്റാരോപണം നിഷേധിക്കണം"

അവൾ തലയാട്ടി സമ്മതിച്ചു.

പ്രതി കുട്ടിയോട് കൂടി പുഴക്കരയിലൂടെ നടക്കുമ്പോൾ ചളിയിൽ ചവുട്ടി വഴുതി വീണതാണെന്നും, പ്രതിക്ക് കുട്ടിയെ കൊല്ലണമെന്ന ഉദ്ദേശ്യമുണ്ടായിരുന്നില്ലെന്നും വാദിച്ചു.

കേസിൽ കുറ്റക്കാരിയല്ലെന്ന് കണ്ട് അവളെ കോടതി വെറുതെ വിട്ടപ്പോൾ അവൾ സന്തോഷത്തോടെ എന്നെ കെട്ടിപ്പിടിച്ചു.

അവളുടെ കൈയിൽനിന്നും ലോട്ടറി ടിക്കറ്റ് വാങ്ങിയപ്പോൾ ഞാൻ ചോദിച്ചു. "നിന്റെ ഭർത്താവ്?"

"അയാൾ അപ്പഴെ നാടുവിട്ടു."

"എങ്ങനെയുണ്ട് ടിക്കറ്റ് വില്പന?"

"മോശമില്ല ചേച്ചി. ഒരു വർഷം മുൻപ് രണ്ട് ലക്ഷം രൂപ ലോട്ടറിയടിച്ചു."

ലോട്ടറിയടിച്ച ജീവിതത്തെ നോക്കി ഞാൻ ഒരു നിമിഷം നിന്നു. അപ്പോൾ കടലിൽനിന്നും തെന്നി വന്ന ഇളംകാറ്റിൽ എന്റെ മനസ്സാകെ കുളിർത്തു.

ഒന്നെടുത്താൽ മൂന്ന്

വിഘ്നേശ്വരൻ വക്കീലിന്റെ മകൾ ഡ്രൈവറുടെ കൂടെ ഒളിച്ചോടിപ്പോയി എന്ന വാർത്ത വക്കീൽ ഗുമസ്തൻ സുശാന്ത് പറഞ്ഞാണ് ഞാൻ അറിഞ്ഞത്.

ഉഡുപ്പി ലോ കോളേജിൽ ഞങ്ങളൊരുമിച്ചു പഠിച്ചതാണ്. വിഘ്നേശ്വരൻ തൃശൂരിൽ പ്രാക്ടീസ് ചെയ്യുന്നു എന്നല്ലാതെ പത്തിരുപതു വർഷക്കാലമായി മറ്റു യാതൊരു വിവരവുമില്ല.

സുശാന്ത് തൃശൂരിൽനിന്നും വന്നപ്പോൾ കൊണ്ടുവന്ന വാർത്തയാണ്. കേട്ടപ്പോൾ വിഷമം തോന്നി.

"കഷ്ടമായിപ്പോയി."

"കർമ്മഫലമാണ് സാർ.."

"അതെന്താടോ അങ്ങനെ?"

"വിഘ്നേശ്വരന് മറ്റൊരു പേരുണ്ട്. ഒന്നെടുത്താൽ മൂന്ന്."

സുശാന്ത് ആഴ്ചയിലൊരിക്കൽ തൃശ്ശൂരിലെ ഭാര്യാവീട്ടിൽ പോകും. അപ്പോൾ കൊണ്ടുവരുന്ന വാർത്തകളാണ് ഒഴിവുസമയത്ത് വിളമ്പുന്നത്.

"അതെന്താടോ വിഘ്നേശ്വരൻ അഞ്ചരയണ കമ്പനി നടത്തുന്നുണ്ടോ?"

ചില വക്കീലന്മാർക്ക് പ്രാക്ടീസിനു പുറമേ മറ്റുപല ബിസിനസുകൾ കൂടിയുണ്ട്. ചിട്ടിക്കമ്പനി, പണം പലിശയ്ക്കു കൊടുക്കൽ, ഭൂമിവില്പന, വാഹന വില്പന തുടങ്ങിയവ.

ഇത്തരം പരിപാടികൾ വിഘ്നേശ്വരനുമുണ്ടോ എന്നാണ് ഞാൻ ചോദിച്ചത്.

"അയാൾ അഞ്ചരയണ കമ്പനിയും നടത്തും."

പുച്ഛത്തോടെ സുശാന്ത് പ്രതികരിച്ചു.

പഠനകാലത്ത് നല്ല സുഹൃത്തായിരുന്നു. പരീക്ഷകളൊക്കെ നല്ല മാർക്കോടെ പാസാകും.

പക്ഷേ, ചില കുസൃതിത്തരങ്ങളൊക്കെ അവൻ ഒപ്പിക്കാറുണ്ട്. പുറത്തെവിടെയെങ്കിലും ഷോപ്പിങ്ങിനു പോയി തിരിച്ചെത്തിയാൽ പോക്കറ്റിൽനിന്നും ടേബിൾ സ്പൂൺ, നെയിൽ കട്ടർ, പേന തുടങ്ങിയ സാധനങ്ങൾ ഒരു മായാജാലക്കാരനെപ്പോലെ പുറത്തെടുത്തു കാണിക്കും.

വില കൊടുത്ത് വാങ്ങിയതല്ല അടിച്ചുമാറ്റിയതാണ്. പരീക്ഷ കഴിഞ്ഞ് പുറത്തിറങ്ങിയാൽ കൈമടക്കിൽനിന്നും കടലാസ് ചുരുളുകൾ പുറത്തേക്ക് വരും.

"എന്താടോ ഇവന്റെ ബിസിനസ്?"

ഞാൻ കൗതുകത്തോടെ ചോദിച്ചു.

"സർ, പ്രധാന ബിസിനസ് കേസ് നടത്തൽ തന്നെ. കുടുംബക്കോടതിയാണ് വിഹാര കേന്ദ്രം. കക്ഷി ഒരു കേസുമായി വക്കീലിന്റെ അടുത്തുചെന്നാൽ വക്കീൽ അത് മൂന്ന് കേസാക്കി മാറ്റും."

എനിക്ക് കാര്യം പിടികിട്ടി. ഇവിടെ ഉമ്പായി വക്കീലിനും ആ പരിപാടിയുണ്ട്.

ഭാര്യ ഭർത്താവിന്റെ പേരിൽ സംരക്ഷണച്ചെലവിന് കേസ് കൊടുക്കാൻ സമീപിച്ചാൽ വക്കീലിന്റെ വകയായി പീഡനക്കേസ്, വിവാഹമോചനക്കേസ് എന്നിവകൂടി കൊടുക്കാൻ നിർദ്ദേശിക്കപ്പെടും.

ചുരുക്കിപ്പറഞ്ഞാൽ കുടുംബം കുട്ടിച്ചോറാക്കും. കുടുംബം

തകർന്നാലും തനിക്കും കിട്ടണം പണം എന്നു വിശ്വസിക്കുന്ന ഉമ്പായിമാർ ധാരാളമുണ്ട്.

കേസിന്റെ എണ്ണംകൂട്ടി കൂടുതൽ ഫീസ് വാങ്ങിക്കുകയാണു ലക്ഷ്യം.എന്നാൽ ഫയലുകളിൽ കുടുങ്ങിക്കിടക്കുന്നവരുടെ ജീവിതത്തെക്കുറിച്ച് ആരും ഓർക്കാറില്ല.

"വിഘ്നേശ്വരന് വേറെ കുട്ടികളില്ലേ?"

"രണ്ടെണ്ണം വേറെയുമുണ്ടായിരുന്നു. ഒരാൺകുട്ടി ആത്മഹത്യ ചെയ്തു. മറ്റൊരു പെൺകുട്ടി ഒരു പ്രതിയുടെ കൂടെ ഒളിച്ചോടിപ്പോയി. ഒന്നെടുത്താൽ മൂന്ന്."

സുശാന്ത് പുച്ഛത്തോടെ വീണ്ടും പറഞ്ഞു.

ഭാർഗ്ഗവ രാമൻ

ഫോണിന്റെ റിങ് കേട്ടാണ് ഉണർന്നത്. നീരസത്തോടെ സ്ക്രീനിലേക്ക് നോക്കി.

ഭാർഗ്ഗവരാമനാണ്.

“എന്താണെടോ അതിരാവിലെ?”

“തന്നെയൊന്ന് അത്യാവശ്യമായി കാണേണ്ടതുണ്ട്. എട്ടുമണി കഴിഞ്ഞല്ലേ നീ ഓഫീസിലേക്കു പോകൂ അതിനുള്ളിൽ എത്താം.”

പഴയ ലോ കോളജ് സുഹൃത്താണ് ഭാർഗ്ഗവരാമൻ. ഇപ്പോൾ കുടുംബക്കോടതി ജഡ്ജി. കോളേജ് വിട്ടതിനുശേഷവും തുടരുന്ന അപൂർവ്വ സൗഹൃദം.

കൃത്യ സമയത്ത് ഭാർഗ്ഗവരാമൻ വന്നു. എപ്പോഴും പ്രസന്നവദനനായി കാണാറുള്ള ഭാർഗ്ഗവരാമന്റെ മുഖത്തുനിന്നും പുഞ്ചിരി മാഞ്ഞുപോയിരിക്കുന്നു. നേരെ വിസിറ്റിങ് റൂമിലേക്ക് കയറി വന്ന ഭാർഗ്ഗവരാമൻ ചെവിയിൽ പറഞ്ഞു.

“നമുക്ക് ഓഫീസ് റൂമിലിരിക്കാം.”

“ഇവിടെ മറ്റാരുമില്ല. ഭാര്യ അവളുടെ വീട്ടിൽ പോയിരിക്കുകയാണ്.”

അതു കേട്ടപ്പോഴാണ് അയാൾ സമാധാനത്തോടെ സോഫയിൽ ഇരുന്നത്.

“എന്താണെടോ നീയിങ്ങനെ തീപിടിച്ചപോലെ?”

ഞാൻ ചോദിച്ചു.

“അവളെന്നെ ചതിച്ചു.”

“ആര് കമലയോ?”

“അതെ കമലതന്നെ.”

അയാളുടെ കൈയിലിരുന്ന കടലാസ് എന്റെ നേരെ നീട്ടി.

വിവാഹമോചന ഹർജിയാണ്. ഭാർഗ്ഗവരാമൻ ഭാര്യയോടു ക്രൂരത കാണിക്കുന്നു എന്നാണ് ആക്ഷേപം.

ഡെപ്യൂട്ടി പൊലീസ് സൂപ്രണ്ടായ കമലയുമായുള്ള ബന്ധം അത്ര സുഖകരമായിട്ടല്ല മുന്നോട്ട് നീങ്ങുന്നതെന്ന് മുമ്പുതന്നെ അയാൾ സൂചിപ്പിച്ചിരുന്നു.

ഹർജി മുഴുവൻ വായിച്ചതിനുശേഷം ഞാൻ ഭാർഗ്ഗവരാമനെ നോക്കി.

നിയമത്തിന്റെ കാവലാളായ ഒരു ജഡ്ജി വിചാരണ ചെയ്യപ്പെടുകയാണ്.

“താൻ ഉടനെ പോയി അവളെ കാണണം. ഹർജി പിൻവലിപ്പിക്കണം. ഇവിടത്തെ കോടതിയിലാണ് കേസെങ്കിലും എനിക്ക് ഹാജരാകാൻ പറ്റില്ല. അറിയാമല്ലോ, കുടുംബക്കോടതി ജഡ്ജി കുടുംബക്കോടതിയിൽ വിചാരണ ചെയ്യപ്പെടും എന്ന വാർത്തയുടെ പ്രത്യാഘാതം.”

ഭാർഗ്ഗവരാമനെ സമാധാനിപ്പിച്ചുകൊണ്ട് ഞാൻ പറഞ്ഞു:

“കമലയെ ഞാൻ ഇന്നുതന്നെ കാണാം. നീ പേടിക്കാതിരിക്കൂ.”

ഉച്ചകഴിഞ്ഞ് മൂന്നുമണിക്ക് ഞാൻ ഡി വൈ എസ് പി ഓഫീസിലെത്തിയപ്പോൾ കമല അവിടെയുണ്ടായിരുന്നു. സുന്ദരിയായ കമല

പൊലീസ് വേഷത്തിൽ സിനിമാ താരം വിജയശാന്തിയെ ഓർമ്മിപ്പിച്ചു.

"കമല ഇങ്ങനെ ചെയ്യുമെന്ന് കരുതിയില്ല" എന്ന മുഖവുരയോടെ ഞാൻ സംഭാഷണത്തിലേക്ക് കടന്നപ്പോൾ കമല അല്പം ശബ്ദമുയർത്തി എന്നോട് പറഞ്ഞു:

"നിങ്ങൾക്കറിയാമോ, ഒരു സ്ത്രീക്ക് എത്രമാത്രം പൊറുക്കാൻ പറ്റും? ഞാൻ പൊലീസ് ഉദ്യോഗസ്ഥയാണെന്ന് അറിഞ്ഞിട്ടും തെറ്റുകൾ ആവർത്തിക്കുകയാണ്. അതും ഒരു ന്യായാധിപൻ. ആ സ്ഥാനത്തിരിക്കാൻ അർഹതയില്ലാത്തയാളാണ്. അയാളെ ഞാൻ താഴെയിറക്കും"

"ഹർജിയിലെ ആരോപണങ്ങളെല്ലാം വായിച്ചു. ഈ പ്രാവശ്യം ഒന്നു ക്ഷമിച്ചുകൂടെ?"

"ഹർജിയിൽ ഞാൻ ഒന്നും പറഞ്ഞിട്ടില്ല. അയാളെ നാറ്റിക്കേണ്ട എന്നു കരുതിയാണ്. അയാളോടു പറയൂ, യോജിച്ചുള്ള ഹർജിക്ക് ഞാൻ തയ്യാറാണെന്ന്. നല്ല രീതിയിൽ വേർപിരിയാം."

"റിട്ടയർമെന്റിന് രണ്ട് വർഷം കൂടിയല്ലേ ഉള്ളൂ. അതുകഴിഞ്ഞിട്ട് പോരേ?"

"പോരാ. എനിക്കുടനെ പിരിഞ്ഞേ തീരൂ. എന്റെ ഡിപ്പാർട്ടുമെന്റിലെ സകലരും അത് അറിഞ്ഞുകഴിഞ്ഞു."

"എന്താണ് കമലേ പ്രശ്നം?"

ഞാൻ ആകാംക്ഷയോടെ ചോദിച്ചു.

"അയാൾ സ്റ്റെനോഗ്രാഫർ രജനിയുമൊത്ത് മൂകാംബികയിൽ പോയത് എന്തിനാണെന്നു ചോദിക്കൂ."

"മൂകാംബിക ഒരു ക്ഷേത്രമല്ലേ അവിടെ ക്ഷേത്രസന്നിധിയിൽ പലരുമുണ്ടാകും. യാദൃച്ഛികമായി രജനി അവിടെ എത്തിച്ചേർന്നതായിരിക്കാം."

പെട്ടെന്ന്, കമല മൊബൈൽ ഫോൺ ഓൺ ചെയ്ത് എന്റെ നേരെ നീട്ടി.

ഞാൻ സ്ക്രീനിലേക്ക് നോക്കി.

സ്ക്രീനിൽ നിറഞ്ഞ ചിത്രങ്ങൾ കണ്ട് ഞെട്ടലോടെ ഞാൻ തല കുനിച്ചു.

ഇരുപതടി

തെക്കിനിയിൽ ശ്രീനിവാസന്റെ കാൽസെന്റ് ഭൂമി പട്ടേരി മോഹനൻ കൈയേറി റോഡ് നിർമ്മിച്ചതിന്റെ പരിണത ഫലമായിട്ടാണ് മോഹനന് ആശുപത്രിയിൽ കിടക്കേണ്ടി വന്നത്.

മോഹനൻ പലതവണ ശ്രീനിവാസനോട് ആവശ്യപ്പെട്ടതാണ്, രണ്ടടി സ്ഥലം റോഡിനുവേണ്ടി തരണമെന്ന്.

മകൻ ഡോക്ടറായതിനുശേഷം ഒരു കാറ് വാങ്ങിയത് റോഡരികിൽ കിടക്കുകയാണ്. സ്ഥലത്തിന് എന്തു വില വേണമെങ്കിലും തരാം എന്നൊക്കെ പറഞ്ഞിട്ടും ശ്രീനിവാസൻ യാതൊരു വിട്ടുവീഴ്ചയ്ക്കും തയ്യാറായില്ല.

മോഹനൻ മകനെ മെഡിസിന് ചേർത്തപ്പോൾത്തന്നെ ശ്രീനിവാസന് നീരസം തോന്നിത്തുടങ്ങിയിരുന്നു. രണ്ടുപേരും ഒരേ ബീഡിക്കമ്പനിയിൽ പണിയെടുക്കുന്നവരാണ്.

പഠിപ്പിൽ മിടുക്കനായ മോഹനന്റെ മകൻ ഡോക്ടറായി വീടിനടുത്ത് പ്രാക്ടീസ് ആരംഭിച്ചിരിക്കുന്നു.

ഇപ്പോഴിതാ കാറും വാങ്ങിയിരിക്കുന്നു.

ഒരിഞ്ച് സ്ഥലം പോലും വിട്ടുകൊടുക്കില്ല എന്ന പിടിവാശിയിൽ ശ്രീനിവാസൻ ഉറച്ചുനിന്നു.

കാർ റോഡരികിൽ കിടന്ന് പൊടിപിടിച്ചു. അസൂയക്കാർ കാറിന്റെ ഗ്ലാസിൽ അശ്ലീല വാക്കുകൾ എഴുതിവയ്ക്കാനും ആണികൊണ്ട് വരഞ്ഞിടാനും തുടങ്ങിയപ്പോൾ മോഹനൻ നേരെ ചെന്നത് വർഗ്ഗീസ് വക്കീലിന്റെ അടുത്തേക്കാണ്.

ഒരു പണിയുമില്ലാതെ മേശപ്പുറത്ത് കാലും കയറ്റിവച്ച് ദിവാസ്വപ്നത്തിൽ മുഴുകിയിരുന്ന വർഗ്ഗീസ് വക്കീൽ കാല്പെരുമാറ്റം കേട്ട് ഞെട്ടി

യുണർന്നു.

"സാർ, ഒരഭിപ്രായം ചോദിക്കാൻ വന്നതാണ്."

"എന്താ കാര്യം?"

"എന്റെ വീട്ടിലേക്കുള്ള വഴിക്ക് വീതി കുറവാണ്. മൂന്നടിയേയുള്ളൂ. കാറ് കയറ്റാൻ പറ്റുന്നില്ല. അടുത്ത വീട്ടുകാരനായ ശ്രീനിവാസനോട് സ്ഥലം ചോദിച്ചിട്ട് തരുന്നുമില്ല. ഞാനെന്താണ് ചെയ്യേണ്ടത്?"

വക്കീൽ ഒരു എട്ടുകാലിയെപ്പോലെ മനസ്സിൽ വല നെയ്തു വക്കാലത്ത് ഫോറം മേശപ്പുറത്തു വെച്ചു. ഇരപിടിക്കാൻ കാത്തിരുന്നിട്ട് രണ്ട് മൂന്ന് ദിവസങ്ങളായി. ഇപ്പോഴിതാ ഒരു ഇര വലയിൽ പെട്ടിരിക്കുന്നു.

"ഇപ്പോൾ മൂന്നടി സ്ഥലം ഉണ്ടല്ലോ, ശ്രീനിവാസന്റെ രണ്ടടി കൂടി കൈയേറി റോഡ് ഉണ്ടാക്കിക്കോ. ഓൻ കേസുമായി വരട്ടെ. അപ്പോൾ നോക്കാം. നീ ഒന്നുകൊണ്ടും പേടിക്കേണ്ട."

വക്കീലിന്റെ ഉറപ്പിന്മേൽ, ആയിരം രൂപ ഫീസ് കൊടുത്ത് മോഹനൻ സന്തോഷത്തോടെ വീട്ടിലേക്കു മടങ്ങി.

പിറ്റേദിവസം തന്നെ ശ്രീനിവാസൻ സ്ഥലത്തില്ലാത്ത സമയത്ത് പണിക്കാരെക്കൊണ്ട് മൂന്നടി സ്ഥലം കൈയേറി അഞ്ചടി വീതിയിലുള്ള റോഡ് നിർമ്മിക്കുകയും ചെയ്തു.

സത്യവിരുദ്ധമായി ജീവിതത്തിൽ ഇന്നുവരെ ഒരു കാര്യവും ചെയ്തിട്ടില്ലാത്ത മോഹനന്, വക്കീലിന്റെ ഉപദേശത്താൽ സത്യവിരുദ്ധമായി ഭൂമി കൈയേറിയതിൽ അല്പം മനഃപ്രയാസം അനുഭവപ്പെട്ടു. പക്ഷേ, കളിക്കൂട്ടുകാരനും സഹപ്രവർത്തകനുമായിരുന്ന ശ്രീനിവാസൻ തന്റെ ആവശ്യം അംഗീകരിച്ചില്ലല്ലോ, അതുകൊണ്ട് താൻ ചെയ്ത പ്രവൃത്തി തെറ്റാണെന്ന് മോഹനനു തോന്നിയില്ല.

റോഡ്പണി കഴിഞ്ഞ് കുളിച്ച് ചാരുകസേരയിൽ ഇരുന്ന് സായാഹ്നത്തിലെ അസ്തമന സൂര്യനെ നോക്കി നിർവൃതി കൊള്ളുമ്പോഴാണ് പരിചയമില്ലാത്ത മൂന്നുപേർ കോലായിലേക്കു കയറിവന്നത്.

കറുത്ത നിറമുള്ള കൊമ്പൻ മീശക്കാരനായ ഒരാൾ മോഹനനെ കസേരയോടെ വലിച്ച് മുറ്റത്തേക്കിട്ടുകൊണ്ട് ചോദിച്ചു.

"നീ എത്ര അടിയാണ് കൈയേറിയത്?"

"രണ്ടടി"

"എന്നാൽ ഇതാ ഇരുപതടി പിടിച്ചോ."

മൂന്നുപേരും ചേർന്ന് മോഹനനെ പൊതിരെ തല്ലാൻ തുടങ്ങിയപ്പോൾ ശ്രീനിവാസൻ ഓടിവന്ന് തടസ്സപ്പെടുത്തി.

"മതി ഇരുപതടി മതി."

മാധവി ഏടത്തി

അഡ്വക്കേറ്റ് കമ്മീഷണറെ കത്തി കാണിച്ച് കൊല്ലുമെന്നു ഭീഷണിപ്പെടുത്തി എന്നതാണ് മാധവി ഏടത്തിയുടെ പേരിലുള്ള കേസ്.

വിചാരണയ്ക്കുശേഷം മജിസ്ട്രേട്ട് രണ്ടു വർഷം ശിക്ഷ വിധിച്ചിരിക്കുന്നു.

കുന്നത്തൂർ പാടിയിൽ ഉത്സവം കാണാൻ പോകാനുള്ള തിരക്കിലായിരുന്നു മാധവി ഏടത്തി. മുത്തപ്പനെ കണ്ട് സങ്കടങ്ങൾ ബോധിപ്പിക്കണം.

അപ്പോഴാണ് ഒരു കാർ വീടിനു സമീപം റോഡിൽ വന്നു നിന്നത്. പാന്റിട്ട രണ്ടുപേർ കാറിൽനിന്നിറങ്ങി വീടിന്റെ അടുത്തുള്ള പറമ്പിലേക്ക് പോകുന്നു.

പറമ്പിന്റെ അതിരിൽ ടേപ്പ് വച്ച് അളക്കുന്നതു കണ്ടപ്പോഴാണ് മാധവി ഏടത്തിക്ക് കലികയറിയത്.

ഒന്നും ആലോചിക്കാൻ സമയമുണ്ടായിരുന്നില്ല. അരിവാൾ എടുത്ത് കലിതുള്ളിക്കൊണ്ട് അവർ തെക്കേ പറമ്പിലേക്ക് കുതിച്ചു. ഈ നിമിഷം പറമ്പിൽ നിന്നും ഇറങ്ങിയില്ലെങ്കിൽ വെട്ടി വീഴ്ത്തുമെന്ന് ഭീഷണിപ്പെടുത്തി.

അവർ പറഞ്ഞ കാര്യങ്ങളൊന്നും മാധവി ഏടത്തിയുടെ ചെവിയിൽ കയറിയില്ല. കുറച്ചുകഴിഞ്ഞ് വനിതാ പൊലീസുകാർ വന്ന് മാധവി ഏടത്തിയെ അറസ്റ്റ് ചെയ്തു.

അഡ്വക്കേറ്റ് കമ്മീഷണർ ഗോവിന്ദ് രാജിനെയും ക്ലർക്കിനെയും ഭീഷണിപ്പെടുത്തി എന്നാണ് കേസ്.

കീഴ്ക്കോടതിയിൽ കേസ് നടത്തിയത് മറ്റൊരു വക്കീലായിരുന്നു. കേസ് മോശമല്ലാത്ത രീതിയിൽ വക്കീൽ നടത്തിയിട്ടുണ്ട്.

സാക്ഷിത്തെളിവുകളും കമ്മീഷണറുടെ ഔദ്യോഗിക കൃത്യനിർവ്വഹണത്തിന് തടസ്സമുണ്ടാക്കിയ കാര്യങ്ങളുമെല്ലാം വച്ചു നോക്കുമ്പോൾ മാധവി ഏടത്തിയ കോടതി വെറുതെ വിടുമെന്ന് തോന്നുന്നില്ല.

"മാധവി ഏടത്തീ, കമ്മീഷണർ വക്കീൽ സ്ഥലം പരിശോധിക്കുന്ന കാര്യത്തെക്കുറിച്ച് മുൻകൂർ നോട്ടീസ് നല്കിയിരുന്നോ?"

ഞാൻ ചോദിച്ചു.

"ഒരു നോട്ടീസും തന്നിട്ടില്ല"

അയൽവാസി അബൂബക്കർ വസ്തു കൈയേറി എന്നുപറഞ്ഞ് കേസ് കൊടുത്തതാണ്. സാക്ഷി തെളിവ് പരിശോധിച്ചപ്പോൾ വക്കീൽ നോട്ടീസ് കൊടുത്തതായി പറയുന്നുമില്ല.

നേരിയ ഒരു പിടിവള്ളി കൈയിൽ കിട്ടിയിരിക്കുകയാണ്. മാധവി

ഏടത്തിക്ക് ഇടയ്ക്കിടെ മാനസിക അസ്വാസ്ഥ്യം ഉണ്ടാകാറുണ്ട് എന്നുള്ള കാര്യം ക്രോസ് വിസ്താരത്തിലുമുണ്ട്.

കോടതിയിൽ കേസ് വാദിച്ച് തുടങ്ങിയപ്പോൾ ജഡ്ജി സാക്ഷി ത്തെളിവുകളിൽ ഉറച്ചുനില്ക്കുകയും അപ്പീൽ തള്ളുമെന്ന നിലപാടി ലുമായിരുന്നു.

മാനസികരോഗമുള്ള സ്ത്രീ പെട്ടെന്നുള്ള പ്രകോപനത്താൽ ചെയ്തു പോയതായിരിക്കാമെന്നും കമ്മീഷണർ വസ്തു പരിശോധി ക്കാൻ മുൻകൂട്ടി നോട്ടീസ് കൊടുക്കാത്തതിനാൽ ആളെ മനസ്സിലായി ല്ലെന്നും തന്റെ വസ്തുവിൽ അപരിചിതർ അനധികൃതമായി കൈയേറ്റം നടത്തിയതാണ് പ്രകോപനമെന്നുമൊക്കെ പൊടിപ്പും തൊങ്ങലും വച്ച് വാദിച്ചപ്പോൾ ജഡ്ജി തന്റെ നിലപാടിൽ അയവ് വരുത്തിക്കൊണ്ട് പറഞ്ഞു:

"നല്ലനടപ്പിന് വിടാം."

അപ്പീൽ കേസിൽ മാധവി ഏടത്തിയെ വിട്ടതിനു ശേഷം മാധവി ഏടത്തി എന്റെ അടുത്തുവന്നു പറഞ്ഞു:

"ഒരു സത്യം ഞാൻ വക്കീലിനോട് മറച്ചുവച്ചിട്ടുണ്ട്. കമ്മീഷണ റായി വന്നവൻ വക്കീലാണെന്ന് അറിഞ്ഞിട്ടുതന്നെയാണ് ഞാൻ കത്തി യെടുത്തത്."

"അതെന്താ ഏടത്തി അയാളോട് പൂർവ്വ വൈരാഗ്യമുണ്ടായി രുന്നോ?"

"അതല്ല അവൻ രണ്ടായിരം രൂപ എതിർ കക്ഷിയിൽനിന്നും കൈ ക്കൂലി വാങ്ങി എന്ന കാര്യം ഞാൻ അറിഞ്ഞിരുന്നു. അതാണ് എനിക്ക് കലികയറിയത്."

അപ്പോൾ എനിക്ക് മാധവി ഏടത്തിയെ നോക്കി ചിരിക്കാനേ കഴി ഞ്ഞുള്ളൂ.

പാര

കോടതിവിധിക്കുശേഷം, അപ്പീൽ സമയം കഴിഞ്ഞാൽ പ്രതി കുറ്റം ചെയ്യാൻ ഉപയോഗിച്ച ആയുധങ്ങളും കേസിൽപെട്ട സാധനങ്ങളും ലേലം ചെയ്തു വില്ക്കാറുണ്ട്.

മജിസ്ട്രേട്ടിന്റെ മുമ്പാകെ കോടതി വരാന്തയിൽ അങ്ങനെയൊരു ലേലം നടക്കുകയാണ്.

ടൈപ്പ് റൈറ്റിങ് മെഷീൻ, കത്തി, കസാല, കുട, കമ്പിപ്പാര, പ്ലാസ്റ്റിക്ക് കന്നാസുകൾ എന്നിവ മജിസ്ട്രേട്ടിന്റെ മുമ്പാകെ നിരത്തി വച്ചിട്ടുണ്ട്. പെട്ടെന്ന് നോക്കുമ്പോൾ ആക്രിക്കച്ചവടമാണോ എന്നു തോന്നിപ്പോകും.

പ്യൂൺ വേലായുധനും ബെഞ്ച് ക്ലർക്ക് പ്രസീതയും തൊട്ടടുത്തു നില്ക്കുന്നുണ്ട്.

ഒരു ഇരുമ്പു പാരയെടുത്ത് ചുറ്റിലുംകൂടി നില്ക്കുന്നവരെ കാണിച്ചുകൊണ്ട് വേലായുധൻ ലേലം തുടങ്ങി.

"ഇരുപത് ഉറുപ്പിക"

"ഇരുപത്തിയഞ്ച് ഉറുപ്പിക"

"മുപ്പതുറുപ്പിക."

ലേലം വിളി തുടർന്നുകൊണ്ടിരിക്കെ, പെട്ടെന്നൊരാൾ മുന്നോട്ട് കടന്നു വന്ന് വിളിച്ചു പറഞ്ഞു.

"നൂറ് ഉറുപ്പിക."

"ആരാണ് നൂറ് ഉറുപ്പിക?"

"ഇല്ലിക്കൽ വർക്കി."

"ഇല്ലിക്കൽ വർക്കി നൂറ് ഉറുപ്പിക ഒരുവട്ടം രണ്ടുവട്ടം മൂന്നുവട്ടം."

ലേലം ഉറപ്പിച്ചു.

വർക്കി, മജിസ്ട്രേട്ട് മുമ്പാകെ പണമടച്ചു പാരയുമായി പുറത്തിറങ്ങിയപ്പോഴാണ് വക്കീൽ സുധീർ മോഹനനെ കാണുന്നത്.

"അല്ല വർക്കി, നീ പകൽ സമയത്തു തന്നെ പണിതുടങ്ങിയോ?"

വർക്കി ഒരുവർഷം മുമ്പാണ് ഒരു മോഷണക്കേസിൽ നിന്ന് നിരുപാധികം രക്ഷപ്പെട്ടത്. പാര ഉപയോഗിച്ച് ജനൽ കമ്പി വളച്ച് വീട്ടിനുള്ളിൽ കടന്ന് 15 പവൻ സ്വർണ്ണാഭരണം മോഷ്ടിച്ചു എന്ന കേസിൽ വർ

ക്കിയെ രക്ഷിച്ചത് സുധീർ മോഹനാണ്.

അന്ന് എടുക്കാൻ മറന്നുപോയ പാര ഇപ്പോഴിതാ സ്വന്തം കൈയിൽ എത്തിച്ചേർന്നിരിക്കുന്നു.

“എന്താ നിന്റെ പരിപാടി?”

വക്കീൽ വീണ്ടും ചോദിച്ചു.

“സാർ, ഞാനിത് കോടതിയിൽനിന്ന് ലേലത്തിൽ എടുത്തതാണ്.”

“എന്തിനാണെടോ നിനക്കിത്? നിർത്തിക്കൂടെ?”

“ഈ പാര ഞാൻ ഉപേക്ഷിക്കില്ല, ഇത് എന്റെ അച്ഛൻ തന്നതാണ്”

“അച്ഛൻ വേറൊന്നും തന്നില്ലേ?”

“അച്ഛന്റെ കൈയിൽ വേറൊന്നുമുണ്ടായിരുന്നില്ല. മോഷ്ടിച്ചു കിട്ടുന്ന പണമെല്ലാം തിന്നും കുടിച്ചും തീർത്തു.”

“അച്ഛന്റെ പേരെന്തായിരുന്നു?”

“പൈക്കാടൻ ആന്റണി”

“കൂവ്വപ്പാടി ബാങ്ക് മോഷണക്കേസിലെ പ്രതി?”

“അതേ സാർ.”

വർക്കി അഭിമാനപൂർവ്വം പാര നെഞ്ചോടു ചേർത്തുപിടിച്ച് മുന്നോട്ട് നീങ്ങി.

പൂജാരിയുടെ കൈയബദ്ധം

മൂച്ചിക്കര ക്ഷേത്രത്തിലെ പ്രധാന പൂജാരി വാസുദേവൻ ഒരു സമൺസുമായി വന്നപ്പോൾ ഞാൻ ചോദിച്ചു:

"എന്താ പൂജാരി, ദൈവത്തിനെതിരെയും കേസായോ?"

പൂജാരി ജാള്യതയോടെ പറഞ്ഞു.

"കലികാലം എന്നല്ലാതെ എന്തു പറയാൻ"

നിത്യപരികർമ്മിയായ വാസുദേവൻ പൂജാരി വർഷങ്ങളോളമായി മൂച്ചിക്കരക്കാർക്ക് ചിരപരിചിതനാണ്. കറുപ്പിൽ കടഞ്ഞെടുത്ത ശരീരം. വെളുത്ത പഞ്ഞിത്തലമുടി. പഴയ ഫോട്ടോവിന്റെ നെഗറ്റീവ് പോലെയുള്ള രൂപം.

"എന്തുപറ്റി?"

ഞാൻ സമൻസിലേക്ക് കണ്ണോടിച്ചു.

മോഷണക്കേസാണ്. 380 ഐ പി സി.

"ഒരു കൈയബദ്ധം പറ്റി. വിഗ്രഹത്തിൽ ചാർത്തിയ മാല ഒരത്യാവശ്യത്തിന് പണയം വെക്കാൻ എടുത്തു."

ഞാൻ പൂജാരിയുടെ മുഖത്തേക്കു നോക്കി. കണ്ണുകൾ നനഞ്ഞിരിക്കുന്നു.

"കരയേണ്ട ഞാൻ വഴിയുണ്ടാക്കാം" അയാളെ സമാധാനിപ്പിക്കാൻ ശ്രമിച്ചു.

ഏഴുവർഷം വരെ തടവുശിക്ഷ ലഭിക്കാവുന്ന കുറ്റമാണ്. തൊണ്ടിമുതൽ പ്രതിയുടെ കസ്റ്റഡിയിൽനിന്ന് കണ്ടെടുത്തിട്ടുണ്ടെങ്കിൽ ദൃക്സാക്ഷി തെളിവില്ലെങ്കിൽപ്പോലും ശിക്ഷിക്കപ്പെടും.

"മാല പൊലീസ് കണ്ടെടുത്തോ..?"

"മൂച്ചിക്കര സർവ്വീസ് ബാങ്കിൽ ഞാൻ പണയം വെച്ചിരുന്നു.

പൊലീസ് കസ്റ്റഡിയിലെടുത്ത് കോടതിയിൽ ഹാജരാക്കിയിരിക്കയാണ്."

പൂജാരി അഴിക്കുള്ളിലാകാനുള്ള എല്ലാ സാഹചര്യങ്ങളുമുണ്ട്.

"എന്താ പൂജാരി.. എന്തുപറ്റി?"

വാസുദേവൻ പൂജാരി സംഭവം വിശദീകരിച്ചു.

"കഴിഞ്ഞ തുലാമാസത്തിൽ മോൾക്കൊരു പനി വന്നു. കടുത്ത പനി. ഒരാഴ്ച ഇവിടത്തെ ആസ്പത്രിയിൽ കിടന്നു. പനിമാറിയില്ല. പിന്നീട് രണ്ടാഴ്ചക്കാലം മമ്മീസിൽ. കൈയിലെ പണമെല്ലാം തീർന്നു. മമ്മീസിൽനിന്നും രണ്ടുലക്ഷം രൂപയുടെ ബില്ല്." ഒരു ഗത്യന്തരവുമി

ല്ലാതെ ദൈവത്തിന്റെ മുന്നിൽ കൈകൂപ്പി നിന്നപ്പോൾ ദൈവം പറഞ്ഞു:

"വാസൂ, നീ എന്റെ കഴുത്തിലെ കട്ടി തങ്കമാല എടുത്തോ. പണയം വെച്ച് നിന്റെ വിഷമം തീർക്കൂ. എനിക്കെന്തിനാണ് മാല?"

തല്ക്കാലം കൊല്ലം സുപ്രീമിൽനിന്നും ഒരു റോൾഡ് ഗോൾഡ് മാല വാങ്ങി വിഗ്രഹത്തിൽ ചാർത്തി. കട്ടിത്തങ്കം പണയം വെച്ചു. ആ കഴു വേറി ശ്രീധരനാണ് പറ്റിച്ചത്..

"ആരാണ് ശ്രീധരൻ?"

"എന്റെ അസിസ്റ്റന്റ്. പണത്തിന് അത്യാർത്തിയാ അവന്. ക്ഷേത്ര ത്തിൽ വരുന്നവരോട് ദക്ഷിണ ചോദിച്ചു വാങ്ങും. അതിനെ ചോദ്യം ചെയ്തതിനുള്ള പ്രതികാരമാണ്. കമ്മിറ്റിക്കാർ ഒതുക്കിത്തീർക്കാൻ ശ്രമി ച്ചതാണ്. അവൻ പൊലീസിൽ പരാതി കോടുത്ത് കേസാക്കി."

വാസുദേവൻ പൂജാരിയുടെ കറുത്ത ശരീരം വിയർപ്പിൽ കുളിച്ചു. അയാൾ ചുമലിലെ തോർത്തെടുത്ത് കഴുത്തും മുഖവും തുടച്ചു. പിന്നീട് ചുമലിലെ തുണിസഞ്ചിയിൽനിന്നും നാണയക്കൂമ്പാരമടങ്ങിയ ഒരു തുണിക്കെട്ട് പുറത്തെടുത്ത് എന്റെ മുമ്പാകെ വെച്ചു.

"ഇത് ആയിരം രൂപയുണ്ട് സാർ. രക്ഷിക്കണം."

ഞാൻ പണക്കിഴിയിലേക്കും വാസുദേവൻ പൂജാരിയുടെ മുഖ ത്തേക്കും മാറി മാറി നോക്കി.

"സാർ, ഇതേ കൈയിലുള്ളൂ. ചില്ലറയായതിൽ ക്ഷമിക്കണം."

"ഇതും ദൈവം എടുത്തോളാൻ പറഞ്ഞിട്ട് എടുത്തതാണോ?"

"അതല്ല സാർ. ഇത് ക്ഷേത്രകമ്മിറ്റിക്കാർ തന്നതാണ്. കഴിഞ്ഞ മാസം ഭണ്ഡാരം തുറന്നപ്പോൾ അവരുടെ വിഹിതം കഴിച്ച് എനിക്കുള്ള പാരിതോഷികം."

"എന്റെ മൂച്ചിക്കര ദേവാ."

ഞാൻ അറിയാതെ വിളിച്ചുപോയി.

പരിമളം മേരി

ക്രിമിനൽ കേസുകൾ നടത്തുന്നതിൽ പ്രശസ്തനാണ് കെ പി ആർ എന്ന കെ പി രാമൻ വക്കീൽ.

ഒറ്റവെടിക്ക് രണ്ടു പക്ഷികൾ എന്നപോലെ ഒറ്റ ചോദ്യത്തിന്മേൽ രണ്ട് ഉത്തരങ്ങൾ വക്കീൽ നേടിയെടുക്കും. ജൂനിയർമാരോട് വക്കീൽ പറയും.

"എന്തു ചോദിച്ചുകൂടാ എന്നാണ് ആദ്യം പഠിക്കേണ്ടത്. കാടടച്ച് വെടിവെക്കരുത്."

പക്ഷേ, കാടടച്ച് വെടിവെക്കുന്നവരാണ് ഏറെയും.

കെ പി ആറിന്റെ ചോദ്യങ്ങൾ കൊള്ളേണ്ടിടത്തു തന്നെ കൊള്ളും. കൂട്ടിൽനിന്നും പുറത്തിറങ്ങുമ്പോഴേക്കും സാക്ഷി വിയർത്തു കുളിച്ചിട്ടുണ്ടാകും.

ചേദിച്ചുചോദിച്ച് സാക്ഷിയെക്കൊണ്ട് തനിക്ക് കിട്ടേണ്ട ഉത്തരം വക്കീൽ പറയിപ്പിക്കും.

ഒരിക്കൽ അല്പം സ്വഭാവദൂഷ്യമുള്ള മേരിയോട് വക്കീൽ ചേദിച്ചു.

"പരിമളം മേരിയെന്നാ പേര്, അല്ലേ?"

"അല്ല. പി കെ മേരി എന്നാണ്."

"നാട്ടുകാർ വിളിക്കുന്നത് പരിമളം മേരി എന്നല്ലേ?"

"അതെ."

"നാട്ടുകാർക്കൊക്കെ പരിമളം പരത്തുന്നതുകൊണ്ടാണോ?"

മേരി ലജ്ജിച്ചു തലതാഴ്ത്തി നിന്നു.

അപ്പോൾ വക്കീൽ അടുത്ത ചോദ്യം കൊടുത്തുവിട്ടു.

"ഞാൻ പറഞ്ഞത് മേരിയെ നാട്ടുകാർക്കൊക്കെ വളരെ ഇഷ്ടമാണ് എന്നാണ്."

മേരി പുഞ്ചിരിച്ചുകൊണ്ട് "അതെ" എന്നു പറഞ്ഞു.

"മരിച്ച ലോനപ്പൻ മദ്യപിക്കാറുണ്ടായിരുന്നു."

"എനിക്കറിയില്ല."

"മദ്യപിക്കുന്നതിനു വേണ്ടിയാണ് ലോനപ്പൻ നിങ്ങളുടെ വീട്ടിൽ വന്നത് എന്നു ഞാൻ പറയുന്നു."

"നിങ്ങൾ പറഞ്ഞോളൂ. എന്റെ വീട്ടിൽ അങ്ങനെയുള്ള പരിപാടി ഒന്നുമില്ല."

മേരിയുടെ കൂസലില്ലാത്ത മറുപടി.

മേരിയുടെ വീട്ടിൽ വ്യാജവാറ്റുണ്ടെന്നും മദ്യപിച്ചു മടങ്ങുന്ന വഴി

വീടിന്റെ പുറത്തു വെച്ച് ലോനപ്പനും തങ്കപ്പനും തമ്മിലുള്ള കൈയാങ്കളിയിൽ ലോനപ്പൻ കൊല്ലപ്പെട്ടുവെന്നാണ് പ്രോസിക്യൂഷൻ കേസ്.

മേരി സംഭവം നേരിട്ട് കണ്ടിട്ടില്ല.

“എന്തിനാണ് ലോനപ്പൻ വീട്ടിൽ വന്നത്?”

“ഇച്ചായനെ കാണാൻ. ഇച്ചായൻ അന്ന് വീട്ടിലുണ്ടായിരുന്നില്ല.”

“ലോനപ്പനെപ്പോലെ പല സുഹൃത്തുക്കളും അവിടെ വരാറുണ്ട്. അല്ലേ?”

“ഉണ്ട്.”

“എല്ലാവർക്കും പരിമളം പരത്താറുണ്ടോ?”

പെട്ടെന്ന് മേരിയുടെ മുഖം ചുവന്നു തുടുത്തു. ചോദ്യം മനസ്സിലായില്ല.

“എല്ലാവരോടും സുഹൃദ്ബന്ധം ഉണ്ടായിരുന്നോ?”

“ഉണ്ടായിരുന്നു.”

“അന്ന് രാത്രിയിൽ തങ്കപ്പനെ കൂടാതെ വേറെയും സുഹൃത്തുക്കൾ വീട്ടിൽ വന്നിരുന്നോ?”

“ഇല്ല. തങ്കപ്പൻ മാത്രമേ വന്നുള്ളൂ.”

മേരിയെ ദീർഘനേരം ക്രോസ് വിസ്താരം നടത്തിയിട്ടും വക്കീലിന് അനുകൂലമായ ഉത്തരങ്ങൾ പിടിച്ചെടുക്കാനായില്ല.

കെ പി ആർ വിയർത്തുതുടങ്ങി.

ഒടുവിൽ ക്രോസ് വിസ്താരം കഴിഞ്ഞ് കോടതിയിൽനിന്നും പുറത്തിറങ്ങിയപ്പോൾ മേരി നേരെ കെ പി ആറിന്റെ അടുത്തു വന്നു.

“സർ അല്പം പരിമളം വേണോ?”

വക്കീൽ കീശയിൽനിന്നും ടവ്വലെടുത്ത് വിയർപ്പു തുടച്ചുകൊണ്ട് ചുറ്റും നോക്കി.

“അല്ല മേരി, ഞാനന്നേരം....”

വക്കീലിനു കൃത്യമായ മറുപടി കിട്ടിയില്ല.

അവൾ പിന്നീട് എന്താണ് പറയുന്നതെന്നും നിശ്ചയമില്ല.

സീൻ കൂടുതൽ വഷളാക്കാതെ മേരി പുഞ്ചിരിച്ചുകൊണ്ട് സ്ഥലം വിട്ടു.

വാസൂട്ടി വക്കീലായി

വക്കീൽ ഗുമസ്തൻ വാസൂട്ടിയെ നിങ്ങൾക്കറിയില്ലെ? അയാൾ എല്ലാ ദിവസവും രാവിലെ എട്ട് മുതൽ പതിനൊന്ന് വരെ കോടതി മുറ്റത്ത് എന്തോ തിരഞ്ഞുകൊണ്ടിരിക്കുന്നുണ്ടാകും. കേസുമായി ബന്ധപ്പെട്ട് വരുന്ന കക്ഷികൾക്ക് ഒരു കൈ സഹായം. ആരുടെ ഗുമസ്തനാണെന്ന് ചോദിച്ചാൽ പ്രത്യേകിച്ച് ആരുടേയും പേര് പറയാനാകില്ല. 30-40 പ്രായം. ഇരുനിറം. മുണ്ടും ഷർട്ടുമാണ് വേഷം. കക്ഷത്തിൽ ചെറിയൊരു ബാഗും വലതു കൈയിൽ ഒരു ഡയറിയുമുണ്ടാകും.

കോടതിമുറ്റത്തു സംശയിച്ച് നില്ക്കുന്ന കക്ഷികളെ അയാൾ പതുക്കെ സമീപിക്കും.

"എന്താണ് കാര്യം?"

പോക്കറ്റിൽനിന്നും സമൻസ് തപ്പിയെടുത്തു കക്ഷി വാസൂട്ടിയെ കാണിക്കുന്നു.

"ഓ.. ഇത് 42 ാം വകുപ്പല്ലെ, പേടിക്കേണ്ട വക്കീലിനെ ഏർപ്പാടാക്കാം." അയാൾ കക്ഷിയുമായി തന്റെ പരിചയക്കാരൻ ഫ്രാൻസിസ് വക്കീലിന്റെ അടുത്തേക്ക് ചെല്ലുന്നു.

"ഇനി ഈ കേസ് ഈ വക്കീലാണ് നടത്തുക. പേടിക്കാനൊന്നുമില്ല." കക്ഷിയോട് 100 രൂപ ചോദിച്ച് വാങ്ങി അയാൾ സ്ഥലം വിടുന്നു. ഉച്ചകഴിഞ്ഞ് വാസൂട്ടി വീണ്ടും ഫ്രാൻസിസ് വക്കീലിന്റെ അടുത്തേക്ക് ചെല്ലുന്നു. കമ്മീഷൻ 200 രൂപ കൈപ്പറ്റി സന്തോഷത്തോടെ വീട്ടിലേക്ക് മടങ്ങുന്നു.

ഫ്രാൻസിസിനെപ്പോലെ സുകിൽ വക്കീൽ, ഇസ്മയിൽ വക്കീൽ എന്നിവരുമായും വാസൂട്ടിക്ക് ഇടപാടുണ്ട്.

ഒരുദിവസം ബാർ അസോസിയേഷൻ റൂമിലിരിക്കെ ഇക്ബാൽ

വക്കീൽ എന്റടുത്തുവന്നു പറഞ്ഞു:

"ഈ വാസൂട്ടിയെക്കൊണ്ട് ഒരു രക്ഷയുമില്ലല്ലോ. എന്റെ രണ്ടാമത്തെ കേസാണ് അവൻ പിടിക്കുന്നത്. ഞാൻ ഹാജരായ ബലാത്സംഗക്കേസ് അവൻ കക്ഷിയെ സ്വാധീനിച്ചു ഫ്രാൻസിസിന് കൊടുത്തു. പൊലീസു കാരോട് പരാതി പറഞ്ഞിട്ട് അവരൊന്നും ഇടപെടുന്നില്ല."

കോടതി മുറ്റത്തെ കാര്യമായതിനാൽ പൊലീസ് ഇടപെടില്ല. മാത്ര മല്ല പൊലീസുകാരുമായി വാസൂട്ടി നല്ല അടുപ്പത്തിലുമാണ്. പൊലീ

സുകാർ പരിചയമുള്ള കക്ഷികളെ വാസൂട്ടിയുടെ അടുത്തേക്കാണ് പറഞ്ഞുവിടുന്നത്.

പല വക്കീലന്മാരും വാസൂട്ടിയെക്കുറിച്ചുള്ള പരാതികൾ ബാർ അസോസിയേഷൻ പ്രസിഡന്റിനെ അറിയിച്ചുകൊണ്ടിരുന്നു. എന്തെങ്കിലും ഒരു തീരുമാനമെടുത്തേ പറ്റൂ. അല്ലെങ്കിൽ ഈ കേസുപിടുത്തക്കാരൻ പലരുടേയും വക്കീലാഫീസുകൾ പൂട്ടിക്കും.

ഒടുവിൽ ബാർ അസോസിയേഷൻ യോഗം ചേർന്നു ഒരു തീരുമാനമെടുത്തു. വാസൂട്ടിയെ വിളിച്ച് ശാസിക്കുക. കോടതിവളപ്പിൽ വെച്ചുള്ള കേസ്പിടുത്തം അവസാനിപ്പിച്ചില്ലെങ്കിൽ ജില്ലാ ജഡ്ജിയെ അറിയിക്കുന്നതും നിയമ നടപടികൾ സ്വീകരിക്കുന്നതുമാണെന്ന്.

ബാർ അസോസിയേഷൻ തീരുമാനം വാസൂട്ടി അറിഞ്ഞതിനുശേഷം പിറ്റേ ദിവസം മുതൽ വാസൂട്ടിയെ കോടതി പരിസരത്തു കണ്ടതേയില്ല. കോടതിക്ക് വെളിയിലും വാസൂട്ടിയെ കണ്ടില്ല. ഫ്രാൻസിസ് വക്കീലും, സുകിലും ഇസ്മയിലുമെല്ലാം കൈമലർത്തി. വാസൂട്ടി ഗൾഫിൽ പോയെന്നാണ് പരക്കെയുള്ള അഭിപ്രായം.

വർഷങ്ങൾ പലതും കഴിഞ്ഞു. വാസൂട്ടി ഞങ്ങളുടെ ഓർമ്മയിൽ നിന്നും അപ്രത്യക്ഷനായിക്കഴിഞ്ഞിരുന്നു.

ഒരു ദിവസം രാവിലെ ബാർ അസോസിയേഷൻ റൂമിലേക്ക് കയറി ചെല്ലുമ്പോൾ വാസൂട്ടിയുടെ മുഖച്ഛായയുള്ള ഒരാൾ കസാലയിൽ ഇരിക്കുന്നു. പുതിയ കോട്ടും ഗൗണുമാണ് ധരിച്ചിട്ടുള്ളത്. അയാൾ ഇന്ത്യൻ എക്സ്പ്രസ് വായിച്ചുകൊണ്ടിരിക്കുകയാണ്. എന്നെ കണ്ടപ്പോൾ അയാൾ എഴുന്നേറ്റു നിന്നു.

"വാസൂട്ടി!" ഞാൻ അത്ഭുതത്തോടെ ചോദിച്ചു.

"അതെ."

"വാസൂട്ടി വക്കീലായത് എപ്പോഴാണ്?"

"കഴിഞ്ഞ മാസം."

"എവിടുന്നാ ഡിഗ്രിയെടുത്തത്?"

"മാംഗ്ലൂരിൽനിന്ന്."

വാസൂട്ടി പുഞ്ചിരിച്ചുകൊണ്ട് വീണ്ടും കസാലയിൽ ഇരുന്നു.

ദൈവസഹായം

സംഭവം കണ്ടതായ സാക്ഷികളില്ലെങ്കിലും ശക്തമായ സാഹചര്യ തെളിവുകളുള്ള കേസായിരുന്നു. അത്. ഒരു മണിക്കൂർ മുമ്പ് പ്രതിയെ വെയിറ്റിങ് റൂമിൽ കണ്ടതായി ബാഗ് നഷ്ടപ്പെട്ട സ്ത്രീയും മറ്റൊരു സാക്ഷിയും പറയുന്നുണ്ട്. സ്ത്രീ റെയിൽവേ സ്റ്റേഷനിലെ ബാത്ത്റൂമിൽ പോയി തിരിച്ചു വരുമ്പോഴേക്കും കസാലയിൽ വെച്ചതായ ബാഗ് കാണാനില്ല. പ്രതിയും മറ്റൊരാളുമാണ് അവിടെ അപ്പോൾ ഉണ്ടായിരുന്നത്. പ്രതിയുടെ സാന്നിദ്ധ്യമാണ് പ്രതിക്കെതിരെയുള്ള സാഹചര്യത്തെളിവ്. പൊലീസ് ബാഗ് കണ്ടെടുത്തത് റെയിൽവേ സ്റ്റേഷന് പുറത്തുള്ള കുറ്റിക്കാട്ടിൽ വെച്ചാണ്. അപ്പോൾ അതിലുണ്ടായിരുന്ന നാല്പതിനായിരം രൂപ നഷ്ടപ്പെട്ടിരുന്നു. റെയിൽവേ സ്റ്റേഷൻ പരിസരത്തു ലോട്ടറി വില്പന നടത്താറുള്ള പ്രതിയുടെ ചിത്രം സ്റ്റേഷന് പുറത്തുള്ള ടെക്സ്റ്റൈൽ കടയിലെ ഒളികൃാമറയിൽ പതിഞ്ഞിട്ടുണ്ട്. പിറ്റേ ദിവസം റെയിൽവേ സ്റ്റേഷൻ പരിസരത്തു വെച്ചുതന്നെ പ്രതിയെ അറസ്റ്റു ചെയ്യുകയുണ്ടായി. പക്ഷേ, പ്രതിയുടെ കൈയിൽനിന്നു പണമൊന്നും കണ്ടെടുക്കാൻ പൊലീസിന് കഴിഞ്ഞിട്ടില്ല.

"സത്യത്തിൽ നീ മോഷണം നടത്തിയിട്ടില്ലേ രാജേന്ദ്രാ?" ഞാൻ ചോദിച്ചു.

"ഇല്ല സാർ."

"നീ എന്തിനാണ് അസമയത്തു വെയിറ്റിങ് റൂമിൽ പോയത്?"

"കക്കൂസിൽ പോകുന്നതിനുവേണ്ടിയാണ്."

"രാത്രി 12 മണിക്കും നിനക്ക് ടിക്കറ്റ് വില്പനയുണ്ടോ?"

"റെയിൽവേ സ്റ്റേഷനല്ലേ സാർ, ആരെങ്കിലുമുണ്ടാകും."

രാജേന്ദ്രന്റെ മറുപടി എനിക്ക് വിശ്വസിക്കാനായില്ല.

"രാജേന്ദ്രാ സത്യം പറഞ്ഞാലെ എനിക്ക് നിന്നെ രക്ഷപ്പെടുത്താനാകൂ. അല്ലെങ്കിൽ ഉള്ളിൽ പോകേണ്ടതായി വരും."

"സാർ, ബാഗ് ഞാൻ എടുത്തു. ടിക്കറ്റ് വാങ്ങാൻ പണമില്ലാത്തതു കൊണ്ടാണ്. രക്ഷപ്പെടുത്തണം സാർ. ഞാൻ ജയിലിൽ പോയാൽ ഭാര്യയും മക്കളും പട്ടിണിയാകും."

അഭിഭാഷകന്റെ മുന്നിൽ തന്റെ കക്ഷി നിരപരാധിയാണ്. കോടതി മുൻപാകെ അവനെ പരിശുദ്ധനാക്കി രക്ഷപ്പെടുത്തേണ്ട ഉത്തരവാദിത്വം അഭിഭാഷകനുണ്ട്.

കൊടും ഭീകരനും, കൊലപാതകികളും, തട്ടിപ്പുകാരും, അഴിമതി

ക്കാരും അഭിഭാഷകന്റെ മിടുക്കുകൊണ്ട് രക്ഷപ്പെടാറുണ്ട്.

രാജേന്ദ്രൻ പതിനായിരം രൂപ മേശപ്പുറത്തു വെച്ച്, താണുകേണ പേക്ഷിച്ചു. "എന്നെ രക്ഷപ്പെടുത്തണം സാർ."

റെയിൽവേ സ്റ്റേഷനിൽ സി സി ടി വി ഉണ്ടായിരുന്നില്ല. സ്ത്രീയുടെ ട്രെയിൻ ടിക്കറ്റ് ബാഗിൽനിന്നും നഷ്ടപ്പെട്ടിരുന്നു. രണ്ടാമത്തെ സാക്ഷിയുടെ പേരിൽ കുറ്റമാരോപിക്കുകയും പ്രതിയുടെ പേരിൽ സംശയാതീതമായ തെളിവുകൾ ഇല്ലെന്നും വാദിച്ചപ്പോൾ ഏറെ നാളത്തെ വിചാരണയ്ക്കുശേഷം രാജേന്ദ്രൻ കുറ്റവിമുക്തനായി.

കേസ് വിധി പറഞ്ഞതിനുശേഷം, കോടതിമുറിയിൽനിന്നും പുറത്തു വന്നു. സന്തോഷത്തോടെ രാജേന്ദ്രൻ പറഞ്ഞു:

"ദൈവം എന്നെ രക്ഷിച്ചു സാർ."

"ദൈവമോ. അപ്പോ ഞാനീ കഷ്ടപ്പെട്ട് കേസ് പഠിച്ച് പാടുപെട്ടതോ?"

"അതല്ല സാർ, ഞാൻ തെച്ചിക്കാട്ട് ദേവന് ഇന്നലെ വെള്ളാട്ടം കഴിപ്പിച്ചിരുന്നു. അതിന്റെ ഫലമാണ് തീർച്ച."

"കേസ് ശിക്ഷിച്ചാൽ വക്കീലിന്റെ പിടിപ്പുകേട്, വിട്ടാലോ ക്രെഡിറ്റ് ദൈവത്തിനും. നിനക്കീ കേസ് അമ്പലത്തിലെ പൂജാരിയെക്കൊണ്ട് നടത്തിച്ചാൽ മതിയായിരുന്നില്ലെ."

അപ്പോൾ അയാൾ കൈക്കൂപ്പി നിന്ന് പ്രാർത്ഥിച്ചുകൊണ്ടിരിക്കുകയായിരുന്നു.

ഒളിനോട്ടം ചന്ദ്രൻ

വീട്ടിന്റെ കോലായയിൽ ഉറങ്ങിക്കിടക്കുകയായിരുന്ന ചന്ദ്രന്റെ തല യിൽ കരിങ്കല്ല് എടുത്തിട്ട് കൊല്ലാൻ ശ്രമിച്ചു എന്ന വധോദ്യമക്കേസിൽ പ്രതിയാണ് അനിയൻ ഉത്തമൻ.

ഒരു മാസത്തോളം ജയിലിൽ കഴിഞ്ഞതിനുശേഷമാണ് ഉത്തമന് ജാമ്യം കിട്ടിയത്.

സബ്ബ് ജയിലിൽനിന്നും പുറത്തിറങ്ങിയതിനുശേഷം അവൻ നേരെ എന്റെ അടുത്തേക്കാണ് വന്നത്.

"എന്തിനാണ് സാർ എന്നെ പുറത്തിറക്കിയത്?"

"നിന്റെ അച്ഛനാണ് എന്റടുത്തു വന്ന് പറഞ്ഞത്. ഉത്തമനെ ജാമ്യ ത്തിലിറക്കണമെന്ന്."

"എനിക്ക് പുറത്തിറങ്ങേണ്ടായിരുന്നു. അവിടെ കഴിയുന്നതായിരുന്നു സമാധാനം."

"അതെന്താ, ചന്ദ്രനെ പേടിച്ചിട്ടാണോ?"

"അതൊന്നുമല്ല സാർ. എനിക്ക് നാണംകെട്ട് ജീവിക്കാൻ പറ്റില്ല."

"നീ എന്തിനാണ് അത് ചെയ്തത്. നിന്റെ കൂടപ്പിറപ്പല്ലെ?"

"കൂടപ്പിറപ്പ്" അവൻ പുച്ഛിച്ചുകൊണ്ട് പറഞ്ഞു. "സാറിന് കേൾക്ക ണോ അവന്റെ കഥ? ഇവൻ ഒളിച്ചുനോട്ടക്കാരനാണ്. ഇവന് രാത്രിയിൽ ഉറക്കമില്ല. രാത്രി ഭക്ഷണം കഴിഞ്ഞ് പുറത്തിറങ്ങിയാൽ പിന്നെ പുലർച്ചെ യാണ് വരിക. സ്ത്രീകളും പെൺകുട്ടികളുമുള്ള വീടാണ് ഇവന്റെ ലക്ഷ്യം. കുളിമുറികളിലും കിടപ്പുമുറികളിലും ഒളിഞ്ഞു നോക്കി ഒരു തരം ആത്മരതിയിൽ മുഴുകിയുള്ള ജീവിതം. ഒരു വീട്ടിൽ കല്യാണം നടന്നാൽ ചെക്കന്റെ വീട് പറ്റി അവനുണ്ടാകും. ഒന്ന് രണ്ട് പ്രാവശ്യം പിടിക്കപ്പെട്ടു സാർ.. ഒളിനോട്ടം ചന്ദ്രന്റെ അനിയൻ എന്നാണ് എല്ലാ

വരും എന്നെ വിളിക്കുന്നത്. കൊല്ലാൻ വേണ്ടിത്തന്നെയാണ് സാർ അവന്റെ തലയിൽ ഞാൻ കല്ലിട്ടത്."

കേസിന്റെ വിചാരണ തുടങ്ങാറായ സമയത്തു ഞാൻ ചോദിച്ചു.

"ചന്ദ്രൻ ഇപ്പോഴും നിന്റെ വീട്ടിൽത്തന്നെയാണോ താമസം?"

"അതെ."

"നിനക്കവനോട് ക്ഷമാപണം നടത്തിക്കൂടെ?"

"ക്ഷമാപണമോ, എന്തിന്? ഞാൻ ബോധപൂർവ്വം ചെയ്തതാണ്. എന്നെ കോടതി ശിക്ഷിക്കട്ടെ. ഞാൻ അനുഭവിച്ചുകൊള്ളാം."

പരിക്ക് പറ്റിയ വ്യക്തിയാണ് മൊഴികൊടുക്കുന്നത്. അയാൾ മരണത്തിന്റെ പിടിയിൽനിന്നും രക്ഷപ്പെട്ടവനാണ്. മരണവേദനയനുഭവിച്ചവൻ ശക്തമായ രീതിയിൽത്തന്നെ തെളിവ് കൊടുക്കും. കൂടാതെ പ്രോസിക്യൂട്ടർ പഠിപ്പിക്കുകയും ചെയ്യും. തൊണ്ണൂറ് ശതമാനവും ശിക്ഷിക്കപ്പെടുന്ന കേസാണ്.

പൂർവ്വ വൈരാഗ്യംമൂലം ആരോ രാത്രിയിൽ വന്നു ചന്ദ്രനെ കൊല്ലാൻ ശ്രമിച്ചതാണെന്നും ജ്യേഷ്ഠനും അനിയനും തമ്മിൽ യാതൊരു വിദ്വേഷവുമില്ലെന്നും ഒരു കെട്ടുകഥ. ഉത്തമനെ രക്ഷപ്പെടുത്താനുള്ള പഴുതുകൾ കണ്ടെത്തുകയായിരുന്നു ഞാൻ.

കേസിന്റെ വിചാരണ തുടങ്ങിയപ്പോൾ പ്രോസിക്യൂട്ടറെ ഞെട്ടിക്കുന്ന മറുപടിയാണ് ചന്ദ്രനിൽ നിന്നുമുണ്ടായത്.

"സംഭവം എപ്പോഴായിരുന്നു?"

"ഓർമ്മയില്ല."

"തീയതി?"

"ഓർമ്മയില്ല."

"പ്രതി താങ്കളെ എന്താണ് ചെയ്തത്?"

"ഒന്നും ചെയ്തില്ല."

"പ്രതിയല്ലെ താങ്കളുടെ തലയിൽ കല്ലിട്ടത്?"

"അല്ല."

വിചാരണ കഴിഞ്ഞ് കോടതിയിൽനിന്നും പുറത്തുകടന്നപ്പോൾ ചന്ദ്രൻ എന്റെ അടുത്തു വന്നു പറഞ്ഞു:

"സാർ ഞാനാണ് കുറ്റക്കാരൻ. എന്റെ അനിയൻ ശിക്ഷിക്കപ്പെടാൻ പാടില്ല. ഞാനിപ്പോൾ ഒളിഞ്ഞുനോക്കാറില്ല സാർ."

ജയിൽ പരമസുഖം

ഭാര്യക്കു സംരക്ഷണച്ചെലവ് കൊടുക്കാൻ വിധിക്കപ്പെട്ടവനാണ് അരവിന്ദൻ.

രാവിലെ കോടതി സമൻസുമായി വന്നപ്പോൾ ഞാൻ ചോദിച്ചു.

"എത്ര രൂപയാണ് താനിപ്പോൾ അടയ്ക്കുന്നത്?"

"ഞാൻ ഒന്നും അടയ്ക്കുന്നില്ല"

"അപ്പോൾ ജയിലിൽ പോകാൻ തയ്യാറായിട്ടാണോ വരവ്?"

"അതെ സാർ."

"അതെന്താടോ, ഒരു മാസം ജയിലിൽ കിടന്നിട്ടും നിന്റെ പൂതി മാറിയിട്ടില്ലേ?"

"ഇല്ല സാർ. എന്തിനാ കഷ്ടപ്പെട്ടു പണിയെടുത്ത് അവളെ പോറ്റുന്നത്? ജയിലിൽ നല്ല സുഖമാണ്."

ആറുമാസം മുമ്പുവരെ മൂന്നു വർഷക്കാലത്തോളം ഭാര്യക്ക് കൃത്യമായി സംരക്ഷണച്ചെലവു നല്കിയതാണ് അവൻ. അന്നൊക്കെ കൃത്യമായി പണിക്കു പോകാറുണ്ടായിരുന്നു. വിറകുകീറലാണ് ജോലി. പണി കഴിഞ്ഞാൽ ഉന്മേഷത്തിന് അല്പം വീര്യമുള്ള സാധനമെന്തെങ്കിലും കഴിക്കും. മദ്യപിച്ചാൽ ഭാര്യയെ തല്ലുന്ന ദുശ്ശീലമുണ്ടെന്നതൊഴിച്ചാൽ മറ്റു കുഴപ്പങ്ങളൊന്നുമില്ല.

ഭാര്യ വിവാഹമോചനം വേണമെന്ന് ആവശ്യപ്പെട്ട് കേസൊന്നും കൊടുത്തിട്ടില്ല. പക്ഷേ, തന്നെ തല്ലുന്നതിനുള്ള പിഴ ഭർത്താവിൽനിന്നും കിട്ടണം. കേസ് കോടതിയിൽ നടന്നുകൊണ്ടിരിക്കവേ ഒത്തുതീർപ്പിനു വേണ്ടി കൗൺസിലർ മുമ്പാകെ അയച്ചു. ഇനി മദ്യപിക്കുകയില്ലെന്ന് അന്നു സത്യം ചെയ്തു പറഞ്ഞിട്ടും അവൾ കൂടെ വരാൻ തയ്യാറായില്ല എന്നാണ് അരവിന്ദൻ പറഞ്ഞത്. എന്നിട്ടും കോടതി വിധി വന്നശേഷം

അവൻ കൃത്യമായി പണം നല്കിയിരുന്നു.

നാലുമാസം മുമ്പ് മരത്തിൽനിന്നും വീണ് കാലിന്റെ എല്ല് പൊട്ടി. കുറച്ചുകാലം ജോലിക്കൊന്നും പോകാൻ പറ്റിയില്ല. കോടതിയിൽനിന്നും അറസ്റ്റ് വാറണ്ട് വന്നപ്പോഴാണ് ഭാര്യക്ക് ചെലവിനു കൊടുക്കേണ്ടതായ കാര്യം ഓർമ്മയിൽ വന്നത്.

പൊലീസുകാരൻ, ന്യായാധിപൻ മുമ്പാകെ ഹാജരാക്കിയപ്പോൾ അരവിന്ദൻ തന്റെ വിഷമസ്ഥിതി കോടതിയെ അറിയിച്ചതാണ്. കൃത്യ മായി പണമടയ്ക്കാറുണ്ടെന്നും മരത്തിൽനിന്നു വീണ് കാലിന്റെ എല്ല് പൊട്ടിയതുകൊണ്ട് കുറച്ചു സാവകാശം വേണമെന്നും കോടതിയെ ധരി പ്പിച്ചിട്ടും വിട്ടുവീഴ്ചയൊന്നും ഉണ്ടായില്ല. പണമടച്ചില്ലെങ്കിൽ ജയിലില

ടയ്ക്കുമെന്ന ജഡ്ജിയുടെ തീരുമാനം അരവിന്ദനെ ജയിലിലെത്തിച്ചു.

"ജയിലിൽ നല്ല സുഖമാണ് സാർ. കാര്യമായിട്ട് ജോലിയൊന്നുമില്ല. ചപ്പാത്തി മിഷ്യന്റെ അടുത്തിരിക്കണം. പാക്കറ്റിലാക്കിയാൽ അതു പെട്ടിയിലേക്കു മാറ്റണം. നല്ല ഭക്ഷണം ആഴ്ചയിൽ രണ്ടു ദിവസം ചിക്കൻ കറി. ഇനി ഞാൻ വിറക് കീറാനൊന്നും പോകുന്നില്ല. എന്നെ ജയിലിലെത്തിച്ച ജഡ്ജി യജമാന് സ്തുതി."

അരവിന്ദന്റെ സംസാരം കേട്ടപ്പോൾ ഞാൻ പൊട്ടിച്ചിരിച്ചുപോയി. ചിരിയുടെ അവസാനം എന്റെ ചിന്തയിലേക്കു വന്നത് ന്യായാധിപന്റെ മുഖമാണ്; ഒപ്പം ഒരു ചോദ്യവും.

ഭാര്യക്ക് സംരക്ഷണച്ചെലവ് നിഷേധിക്കപ്പെട്ടതിന്റെ കാരണക്കാരൻ ആരാണ്?

രുക്സാന

"**നി**ങ്ങൾ ആരുടെയെങ്കിലും തടവിലാണോ?"
രുക്സാനയോട് മജിസ്ട്രേട്ട് ചോദിച്ചു
"അല്ല."

പർദ്ദയണിഞ്ഞ പെൺകുട്ടിയുടെ വെളുത്തമുഖം കറുത്ത മേഘങ്ങൾക്കിടയിലെ ചന്ദ്രനെപ്പോലെ തിളങ്ങുന്നുണ്ടായിരുന്നു.

മജിസ്ട്രേട്ടിന്റെ പേന ചലിച്ചുതുടങ്ങി.

"നിങ്ങൾ സ്വതന്ത്രയാണ്. നിങ്ങളുടെ ഇഷ്ടമനുസരിച്ച് പോകാം."

തന്റെ ഭാര്യയെ അവളുടെ ഉപ്പയും സഹോദരന്മാരും ചേർന്ന് വീട്ടുതടങ്കലിൽ പാർപ്പിച്ചിരിക്കുകയാണെന്നും മോചിപ്പിച്ചു കിട്ടണമെന്നും ആവശ്യപ്പെട്ടുകൊണ്ട് അനൂപ് ചന്ദ്രൻ കൊടുത്ത പരാതിയിൽ വിധി പ്രസ്താവിക്കുകയായിരുന്നു മജിസ്ട്രേട്ട്.

തിങ്ങി നിറഞ്ഞ കോടതി മുറിയിൽ പെൺകുട്ടിയുടെ ഉപ്പയും രണ്ട് ആങ്ങളമാരും മജിസ്ട്രേട്ടിന്റെ വിധി കേട്ടതിനുശേഷം അല്ലാഹുവിനെ വിളിച്ചു പ്രാർത്ഥിച്ചു. ഉടനെ വീട്ടിലേക്ക് പോകാനുള്ള തയ്യാറെടുപ്പോടെ കാർ കോടതിക്കടുത്തേക്ക് കൊണ്ടുവരാൻ ഡ്രൈവർക്ക് നിർദ്ദേശം കൊടുത്തു.

അനൂപ് ചന്ദ്രന്റെ കൂടെ സുഹൃത്തുക്കളുടെ ഒരു പടതന്നെ ഉണ്ടായിരുന്നു.

രണ്ടു വർഷക്കാലത്തെ വിപ്ലവകരമായ പ്രണയത്തിനുശേഷം രുക്സാനയും അനൂപ് ചന്ദ്രനും ഒളിച്ചോടുകയും സ്പെഷ്യൽ മ്യാരേജ് ആക്ട് പ്രകാരം വിവാഹിതരാവുകയും ചെയ്തു. രുക്സാനയുടെ അച്ഛനും സഹോദരന്മാരും ചേർന്ന് ഗുണ്ടകളെ ഉപയോഗിച്ചു അനൂപ് ചന്ദ്രന്റെ വീട്ടിൽനിന്നും രുക്സാനയെ തട്ടിക്കൊണ്ടുപോയി വീട്ടുതടങ്കലിൽ പാർപ്പി

ച്ചതുമെല്ലാം അനൂപ് ചന്ദ്രന്റെ മുന്നിൽ ഒരു തിരശ്ശീലയിലെന്നവണ്ണം മിന്നി മറയുന്നുണ്ടായിരുന്നു.

അനൂപ് ചന്ദ്രൻ വക്കീലിന്റെ അടുത്തു ചെന്ന് ചെവിയിൽ മന്ത്രിച്ചു:

"സാർ, ഇനിയും അവർ തട്ടിക്കൊണ്ട് പോയാലോ?"

"പേടിക്കേണ്ട, പൊലീസിന്റെ അകമ്പടിയോടെ പുറത്തേക്ക് കൊണ്ടു വരാൻ ആവശ്യപ്പെടാം."

ഉടനെ വക്കീൽ കോടതിയോട് പറഞ്ഞു.

"ബഹു. കോടതിയോട് ഒരു അഭ്യർത്ഥനയുണ്ട്."

"എന്താണ്?"

"കോടതിക്ക് പുറത്തിറങ്ങിയാൽ പെൺകുട്ടിയുടെ സ്വതന്ത്രയാത്ര അവളുടെ അച്ഛനും സഹോദരന്മാരും തടസ്സപ്പെടുത്തും. അവർ അവളെ തട്ടികൊണ്ടുപോകാൻ സാദ്ധ്യതയുണ്ട്."

മജിസ്ട്രേട്ട് ഉടനെ തന്നെ പൊലീസിന്റെ അകമ്പടിയോടെ രുക്സാനയ്ക്ക് പുറത്തുപോകാനും അവൾക്കിഷ്ടപ്പെട്ട വാഹനത്തിൽ കയറ്റി അയക്കാനും പൊലീസിന് നിർദ്ദേശം കൊടുത്തു.

രുക്സാന കോടതി മുറിയിൽനിന്ന് പൊലീസ് അകമ്പടിയോടെ പുറത്തേക്ക് വന്നു.

രുക്സാനയുടെ വീട്ടുകാരും അനൂപ് ചന്ദ്രന്റെ സുഹൃത്തുക്കളും അടങ്ങിയ വലിയ ഒരാൾക്കൂട്ടം അവർക്കൊപ്പം മുന്നോട്ട് നടന്നു.

കോടതി വാതിലിന് മുന്നിൽ രുക്സാനയുടെ സിൽവർ കളർ ഇന്നോവ കാറും, അനൂപിന്റെ കറുത്ത മാരുതി 800 ഉം വാ പൊളിച്ചു

നില്ക്കുകയായിരുന്നു.

വനിതാ പൊലീസ് അവളോട് ചോദിച്ചു: "ഏതുകാറിലാണ് മാഡത്തിന് യാത്ര ചെയ്യേണ്ടത്?"

അവളുടെ ഉപ്പ ഇന്നോവയ്ക്ക് നേരെ കൈചൂണ്ടിക്കൊണ്ട് പറഞ്ഞു. "മാഡം അവളെ ഇന്നോവയിലേക്ക് നയിക്കൂ. അവൾ ഞങ്ങളുടെ കൂടെയാണ് വന്നത്."

അവളുടെ കണ്ണുകൾ നനയുന്നുണ്ടായിരുന്നു. അവൾ ഉപ്പയേയും സഹോദരന്മാരേയും ദയനീയമായി നോക്കികൊണ്ട് മാരുതിക്ക് നേരെ കൈചൂണ്ടി.

അനൂപ് ചന്ദ്രൻ കാർ സ്റ്റാർട്ട് ചെയ്തുകഴിഞ്ഞിരുന്നു. അവൾ മാരുതിയിൽ കയറി. കാർ പതുക്കെ കോടതിയുടെ ഗെയിറ്റും കടന്നു പുറത്തേക്കിറങ്ങി ബീച്ച് റോഡിലൂടെ മുന്നേറിയപ്പോൾ അവൾ പെട്ടെന്ന് പർദ്ദ അഴിച്ചുമാറ്റി കാറിന്റെ വിന്റോവിലൂടെ ആകാശത്തേക്ക് വലിച്ചെറിഞ്ഞു. അപ്പോൾ കടൽത്തീരത്ത് മേഞ്ഞുകൊണ്ടിരിക്കുന്ന ഒരു കൂട്ടം പറവകൾ ചിറകുവിടർത്തി ആകാശത്തിലേക്ക് കുതിച്ചുപറന്നു.

നാരായണന്റെ മുളകുപൊടി

എപ്പോഴും ചിരിച്ചുകൊണ്ടിരിക്കുന്ന ആളാണ് നടുമുറ്റത്തു നാരായണൻ. സ്വന്തം അമ്മാവന്റെ മരണ വിവരംപോലും ചിരിച്ചുകൊണ്ടാണ് പറഞ്ഞത് "അമ്മാവന്റെ കാറ്റു പോയി വക്കീലെ" എന്ന്.

ഇപ്പോഴും ചിരിച്ചുകൊണ്ടാണ് നാരായണൻ വക്കീലാഫീസിലേക്ക് കടന്നുവന്നത്.

"എന്താ, നാരായണാ ഇത്രയധികം സന്തോഷം. ആരെങ്കിലും മരിച്ചോ?"

"അതല്ല വക്കീലെ, ഞാനൊരു കേസിൽപ്പെട്ടു."

പൊതുവെ എല്ലാവരോടും സൗമ്യനായി പെരുമാറുന്ന നാരായണൻ എന്തെങ്കിലും പ്രശ്നമുണ്ടാക്കുന്ന ആളല്ല. പ്രത്യേകിച്ച് ഒരു രാഷ്ട്രീയ പാർട്ടിയിലും അംഗമല്ല. ഉപജീവനത്തിനുവേണ്ടി ചെറിയ ഒരു പലചരക്ക് കട നടത്തുന്നു.

"എന്താ നാരായണാ പ്രശ്നം?"

"ഫുഡ് കേസാണ്. എന്റെ പീടികയിൽനിന്നും മുളക്പൊടി പിടിച്ചു. മായം ചേർത്തെന്നാ പറയുന്നത്. ഞാനൊന്നും ചെയ്തിട്ടില്ല."

അപ്പോഴും നാരായണൻ പുഞ്ചിരിക്കുന്നുണ്ടായിരുന്നു.

"ഡോക്ടറോടും വക്കീലിനോടും സത്യം പറയണം. നീ എന്തെങ്കിലും അതിൽ ചേർത്തോ?"

"ഇല്ല സാർ, ടൗണിലെ പാപ്പച്ചന്റെ പീടികയിൽനിന്നും വാങ്ങിയ കായ് മുളകാണ്. ഇസ്മായിലിന്റെ ഫ്ളോർ മില്ലിൽനിന്നും പൊടിപ്പിച്ച് വില്പനയ്ക്ക് വെച്ചതാണ്."

നാരായണൻ പുഞ്ചിരിച്ചുകൊണ്ടാണ് പറഞ്ഞതെങ്കിലും എന്തോ ഒന്ന് നാരായണൻ മറച്ചുവെക്കുന്നില്ലേ എന്ന് ഞാൻ സംശയിച്ചു.

പത്താം തീയതി ജാമ്യക്കാരുമായി കോടതിയിൽ ഹാജരാകണമെന്ന് പറഞ്ഞു. നാരായണൻ പടിയിറങ്ങി.

കോടതിയിൽനിന്നും ജാമ്യമെടുത്തതിനുശേഷമാണ് കേസ് ഡയറി കൈയിൽ കിട്ടിയത്. ഞാൻ ആകാംക്ഷയോടെ ഡയറി വായിച്ചു. മുളക് പൊടിയിൽ മേച്ചിൽ ഓടിന്റെ പൊടി ചേർത്തിരിക്കുന്നുവെന്നാണ് കേസ്.

"നാരായണാ, നീ തന്നെ ചെയ്തതാണോ ഇത്?"

അപ്പോൾ നാരായണൻ പുഞ്ചിരിച്ചില്ല. മൗനിയായി നിലത്തേക്ക് നോക്കി ഇരിക്കുകയായിരുന്നു.

ഫുഡ് സേഫ്റ്റി ആക്ട് സെക്ഷൻ 54 പ്രകാരം ബാഹ്യ വസ്തുക്കൾ ഭക്ഷണ പദാർത്ഥങ്ങളിൽ ചേർത്താൽ ഒരുലക്ഷം രൂപയാണ് പിഴ.

"നാരായണാ, ഒരുലക്ഷം രൂപ പിഴയടയ്ക്കേണ്ടതായി വരുന്ന കേസാണ്."

"അതിന് ഞാൻ ഒന്നും ചെയ്തിട്ടില്ല. സാർ."

"പിന്നെ, ആരാണ്?"

"എന്റെ മോൻ."

"മോൻ പീടികയിൽ നില്ക്കാറുണ്ടോ?"

"ഓന് എർണാകുളത്തു ബേക്കറിയിലാണ് ജോലി. അവനാണ് പറഞ്ഞത്, കേക്കുകളിലും മറ്റും മായം ചേർക്കുന്നതിനെക്കുറിച്ച്. മുളകിൽ ഓടിന്റെ പൊടി ചേർത്താൽ തൂക്കം കൂടും. അവന്റെ തൊട്ടടുത്തുള്ള മില്ലുകാരൻ അങ്ങനെ ചെയ്യുന്നുണ്ടെന്നും. അച്ഛൻ സത്യസന്ധനായി ഇരുന്നാൽ തുരുമ്പെടുത്തു പോകുമെന്നാ അവൻ പറഞ്ഞത്."

"ഭക്ഷണ സാധനങ്ങളിൽ മായം ചേർക്കരുതെന്ന് നിനക്കറിയില്ലേ?"

"എനിക്കറിയില്ല സാർ. കഴിഞ്ഞ ജനുവരിയിൽ നാട്ടിൽ വന്നപ്പോൾ മകൻ തന്നെയാണ് അത് ചെയ്തത്. ഇനി എന്താണ് സാർ ചെയ്യുക?"

"പിഴ അടയ്ക്കേണ്ടതായി വരും. ഒരു ലക്ഷം രൂപ?"

"കേസ് നടത്തിയാൽ വിട്ടു പോകില്ലേ?"

"ഫുഡ് ഇൻസ്പക്ടറാണ് പിടിച്ചത്. ലബോറട്ടറി റിപ്പോർട്ടിൽ മായം ചേർന്നെന്ന് തെളിഞ്ഞിട്ടുണ്ട്. കച്ചവട ലൈസൻസ് നിന്റെ പേരിലുമാണ്. രക്ഷപ്പെടാനുള്ള മാർഗ്ഗം വിരളമാണ്."

അവൻ പതുക്കെ തലയ്ക്ക് കൈവെച്ചുകൊണ്ട് കസാലയിൽ ഇരുന്നു.

അഡ്വക്കേറ്റ് തിലോത്തമ തിയ്യത്തി

മജിസ്ട്രേട്ട് കോടതിയിൽ തെളിവ് കൊടുത്തു മടങ്ങുന്ന വഴിയാണ് ഇൻസ്പെക്ടർ മോഹൻ ദാസിന്റെ കണ്ണിൽ ശ്രദ്ധേയമായ ഒരു ബോർഡ് പ്രത്യക്ഷപ്പെട്ടത്.

"അഡ്വക്കേറ്റ് തിലോത്തമ തിയ്യത്തി, ബി എ എൽ എൽ ബി." തൊട്ടടുത്തുള്ള കെട്ടിടങ്ങളിൽ അഡ്വക്കേറ്റ് രാഹുൽ നമ്പ്യാരും, ജീജാപണിക്കരും, രുചി വാര്യരുമെല്ലാമുണ്ടെങ്കിലും ഒരു തിയ്യത്തി ബോർഡ് ആദ്യമായി കാണുകയായിരുന്നു.

പുതിയ കാലത്ത് ജാതി വാലുകൾ കേരളം മുഴുവൻ പെരുകിക്കൊണ്ടിരിക്കുന്നു. സാംസ്കാരിക പ്രവർത്തകരും, എഴുത്തുകാരും, രാഷ്ട്രീയ പ്രവർത്തകരുമെല്ലാം വാൽ ആഡംബരമായി കരുതുന്നുണ്ട്.

ഈയിടെ ഒരു പരിപാടിയിൽ പ്രസംഗിക്കാൻ പോയപ്പോൾ സംഭവിച്ചത് മനസ്സിൽ തെളിയുന്നു. അദ്ധ്യക്ഷനായത് സ്ഥലം എം എൽ എ ആയിരുന്നു. പരിപാടിക്ക് മുൻപ് കൂടെയുള്ള കൊച്ചു മകളോട് പേര് ചോദിച്ചപ്പോൾ കുട്ടി പറഞ്ഞു

"ശ്രീലേഖ നമ്പ്യാർ."

"ശ്രീലേഖ?" പേര് മനസ്സിലാവാഞ്ഞിട്ട് വീണ്ടും ചോദിച്ചു.

"അല്ല.. ശ്രീലേഖ നമ്പ്യാർ?"

എം എൽ എ സ്വന്തം വീട്ടിൽ നട്ടു വളർത്തുന്നത് ജാതി തൈയാണല്ലോ എന്ന് ഓർത്തുകൊണ്ട് മോളോട് പറഞ്ഞു.

"ശ്രീലേഖ എന്ന് മാത്രം പോരെ മോളെ?"

"പോരാ, അച്ഛാച്ചൻ പറഞ്ഞിട്ടുണ്ട് ആര് ചോദിച്ചാലും ശ്രീലേഖ നമ്പ്യാർ എന്ന് പറയണമെന്ന്."

ഇപ്പോഴിതാ തന്റെ മുന്നിൽ ഒരു പുതിയ വാൽകൂടി.

തിലോത്തമയെ ഒന്ന് കാണണമല്ലോ എന്ന് കരുതി ഞാൻ ഓഫീസിന്റെ കോണിപ്പടികൾ കയറി.

ഓഫീസ് റൂമിലെ പുസ്തക അലമാരയ്ക്ക് മുന്നിലെ കസാലയിൽ വെളുത്ത സാരിയും കറുപ്പ് ബ്ലൗസുമണിഞ്ഞ ഒരു സുന്ദരിയായ പെൺകുട്ടി ഇരിക്കുന്നു. അവർ എന്തോ വായിച്ചുകൊണ്ടിരിക്കുന്നതിനിടയിലാണ് പെട്ടെന്ന് എന്നെ ശ്രദ്ധിച്ചത്.

യൂണിഫോമിലായിരുന്ന എന്നെ കണ്ട് പെൺകുട്ടി അല്പം പരിഭ്ര

മിച്ചെന്ന് തോന്നുന്നു. അവർ എഴുന്നേറ്റുകൊണ്ട് ചോദിച്ചു: "സാർ എന്താണ് കാര്യം?"

"ഒന്നുമില്ല ഒരു സംശയം തീർക്കാൻ കയറിയതാണ്."

"എന്താണ് സാർ?"

"ഐ പി സി ഉണ്ടെങ്കിൽ ഒന്നു തരാമോ?"

അവർ അലമാരയിൽനിന്നും ഇന്ത്യൻ പീനൽ കോഡ് എടുത്തു തന്നു. വെറുതെ പേജുകൾ മറിച്ചിട്ട് സംശയം തീർത്തെന്ന് വരുത്തി പുസ്തകം തിരിച്ചു കൊടുക്കുമ്പോൾ പറഞ്ഞു:

"ചോദിക്കുന്നതിൽ തെറ്റിദ്ധരിക്കരുത്. താങ്കളുടെ പേര് എന്നെ അത്ഭുതപ്പെടുത്തുന്നു."

അവർ ചിരിച്ചുകൊണ്ട് പറഞ്ഞു: "അത്ഭുതപ്പെടാൻ ഒന്നുമില്ല. താങ്കൾ ഈ പരിസരത്തെ ബോർഡുകളെല്ലാം കണ്ടില്ലെ? ഇപ്പോഴും നമ്മൾ വിഡ്ഢി ലോകത്താണ് ജീവിക്കുന്നത്. അതൊന്ന് കാണിച്ചു കൊടുക്കുന്നതിനാണ് ഈ ബോർഡ്. താങ്കൾക്ക് മനസ്സിലായിട്ടുണ്ടാകുമല്ലോ?"

"തീർച്ചയായും."

"സാർ, കോടതി കഴിഞ്ഞോ, ഏത് കോടതിയിലായിരുന്നു കേസ്?"

"പുതുതായി ചാർജെടുത്ത മജിസ്ട്രേട്ട് അമൃതാ പി നായരുടെ കോടതി."

തിലോത്തമ ചിരിച്ചുകൊണ്ട് പറഞ്ഞു:

"അവിടെയും വാലുണ്ട്. വാലുള്ളവരൊക്കെ അത് ഒരു മെഡൽ പോലെ പ്രദർശിപ്പിക്കുകയാണ്. അവർ സ്വയം ചെറുതാകുന്നതായി ഓർക്കുന്നില്ല."

തിലോത്തമ തിയ്യത്തിയോട് യാത്രപറഞ്ഞു ഓഫീസിന്റെ പടികളിറങ്ങി, ജീപ്പ് സ്റ്റാർട്ടാക്കി മുന്നോട്ട് എടുത്തപ്പോഴേക്കും ഒരു നായ വാൽ ഉയർത്തിപ്പിടിച്ചു ഓടുന്നതായി കണ്ടു.

ഫ്രാൻസിസ് തെക്കുമ്പാട്ടിന്റെ ന്യായവിധി

ഒരു ന്യായാധിപൻ ചാർജ് എടുക്കുന്നതിന് മുൻപായി അദ്ദേഹത്തെക്കുറിച്ചുള്ള വിവരങ്ങൾ ബാറിൽ എത്താറുണ്ട്. പ്രത്യേകിച്ച് പഴയ സ്ഥലത്തുള്ള പ്രവർത്തനരീതിയെക്കുറിച്ച്. ഫ്രാൻസിസ് തെക്കുമ്പാട്ടിനെക്കുറിച്ച് യാതൊരു മുന്നറിവും ഞങ്ങൾക്കുണ്ടായിരുന്നില്ല. ആദ്യത്തെ ഒരാഴ്ചക്കാലം സൗമ്യശീലനായിരുന്നുവെങ്കിലും പിന്നീടങ്ങോട്ട് കർക്കശമായ രീതിയിലായി നടപടിക്രമങ്ങൾ.

ഹർജികളിൽ വകുപ്പു നമ്പറുകൾ ചേർക്കണമെന്ന നിർബ്ബന്ധം, ജാമ്യ ഹർജികൾ തള്ളുക, ജാമ്യം നല്കിയാൽത്തന്നെ കർക്കശമായ നിബന്ധനകൾ പാലിക്കുക, വക്കീലിന്റെ അഭാവത്തിൽ പ്രതിക്കെതിരെ വാറണ്ട് അയക്കുക എന്ന് തുടങ്ങി അഭിഭാഷകന്റെ സ്വസ്ഥതകെടുത്തുന്ന നടപടികളായിരുന്നു തെക്കുമ്പാട്ടിന്റേത്.

ബാർ അസോസിയേഷൻ റൂമിൽ തെക്കുമ്പാട്ടിനെക്കുറിച്ചുള്ള ചർച്ചകൾ മുറുകിക്കൊണ്ടിരിക്കുമ്പോഴാണ് ഒരുദിവസം ഈപ്പൻ വർഗ്ഗീസ് എന്ന കൊമ്പ്രായത്തുകാരനായ ഒരു വക്കീൽ ഞങ്ങളുടെ ബാറിൽ വന്നത്. ജില്ലാ കോടതിയിൽ ഒരു പ്രതിക്ക് ജാമ്യമെടുക്കുന്നതിനുവേണ്ടി. സന്ദർഭവശാൽ ഫ്രാൻസിസ് തെക്കുമ്പാട്ടിനെക്കുറിച്ചുള്ള വീരകഥകൾ അദ്ദേഹത്തിൽനിന്നും ഞങ്ങൾക്ക് ലഭിക്കുകയുണ്ടായി.

കൊല്ലത്തുകാരനായ ഇമ്മാനുവേൽ ഡിസൂസ എന്ന റിട്ടയേർഡ് ജഡ്ജിയുടെ മകനാണെന്നും, പൂനാ ലോകോളേജിലെ ഗോൾഡ് മെഡലിസ്റ്റാണെന്നും, കഴിഞ്ഞ മൂന്നു വർഷക്കാലം കൊമ്പ്രായത്ത് മജിസ്ട്രേട്ടായിരിക്കെ പല അഭിഭാഷകന്മാരുമായും ഉടക്കിയിട്ടുണ്ടെന്നും മനസ്സിലായി.

തെക്കുമ്പാട്ടിന്റെ കടുകിട വിട്ടുവീഴ്ചയില്ലാത്ത നീതി നടപ്പിലാക്ക

ലിനിടയിൽ ഒരുദിവസം ഒരു മാവോയിസ്റ്റിനെ പൊലീസ് അറസ്റ്റ് ചെയ്തു കോടതിയിൽ ഹാജരാക്കുകയുണ്ടായി.

ഉജ്ജ്വലമായ ശബ്ദത്തിൽ മുദ്രാവാക്യങ്ങൾ മുഴുക്കിക്കൊണ്ടിരുന്ന മാവോയിസ്റ്റ് കോടതി മുറിയിലെത്തിയപ്പോൾ ശാന്തനായി.

ജാമ്യഹർജിയുമായി വന്ന വക്കീൽ, തന്റെ പ്രതിയെ കള്ളക്കേസിൽ കുടുക്കിയതാണെന്നും യാതൊരു വിധത്തിലുള്ള രാജ്യദ്രോഹ പ്രവർത്തനങ്ങളും പ്രതി നടത്തിയിട്ടില്ലെന്നും വാദിച്ചപ്പോൾ തെക്കുമ്പാട്ട് എല്ലാം തലയാട്ടിക്കൊണ്ട് കേട്ടു.

പ്രോസിക്യൂട്ടർ, പ്രതി രാജ്യദ്രോഹപരമായ കാര്യങ്ങളാണ് ചെയ്ത

തെന്നും, അയാളുടെ വീട്ടിൽനിന്നും പിടിച്ചെടുത്ത പുസ്തകങ്ങൾ അതിന് തെളിവാണെന്നും പ്രതിക്ക് ജാമ്യം കൊടുക്കരുതെന്നും വാദിച്ചു.

ഫ്രാൻസിസ് തെക്കുമ്പാട്ട് പൊലീസ് ഹാജരാക്കിയ രേഖകളെല്ലാം പരിശോധിച്ചതിനുശേഷം തല ഉയർത്തിക്കൊണ്ട് പ്രതിഭാഗംവക്കീലിനോട് ചോദിച്ചു:

"പ്രതിയുടെ കൈയിൽനിന്നും പിടിച്ചെടുത്തതായ പുസ്തകങ്ങളുടെ പട്ടിക താങ്കൾ വായിച്ചുവോ?"

സീഷർ പട്ടിക വക്കീലിന് കൊടുക്കുന്നതിനായി ബെഞ്ച് ക്ലർക്കിന് മജിസ്ട്രേട്ട് നിർദ്ദേശം കൊടുത്തു.

വക്കീൽ ആകാംക്ഷയോടെ സീഷർ മഹസ്സറിലേക്ക് കണ്ണോടിച്ചു.

ടോൾസ്റ്റോയിയുടെ *യുദ്ധവും സമാധാനവും*, ഓർഹാൻ പാമുഖിന്റെ *മൈ നെയിം ഈസ് റെഡ്*, തോപ്പിൽ ഭാസിയുടെ *ഒളിവിലെ ഓർമ്മകൾ*.

ലോകപ്രശസ്തമായ രണ്ട് നോവലുകളും മറ്റൊന്ന് ആത്മകഥയും. ഉൽകൃഷ്ടമായ സാഹിത്യ കൃതികൾ.

എന്താണ് കുഴപ്പമെന്നറിയാൻ ഞാൻ വിസ്മയത്തോടെ മജിസ്ട്രേട്ടിന്റെ മുഖത്തേക്ക് നോക്കി. അപ്പോൾ ഗോൾഡ് മെഡലിസ്റ്റ് ഫ്രാൻസിസ് തെക്കുമ്പാട്ട് ജാമ്യഹർജി തള്ളിക്കൊണ്ട് വിധി പ്രഖ്യാപിച്ചു.

ഗുളികൻ

"**സാ**ർ, ഞാൻ ഒന്നും ചെയ്തിട്ടില്ല. ലിബർട്ടിടാക്കീസിന് മുന്നിൽ വെച്ച് ഒരു ലിഫ്റ്റ് ചോദിച്ചു സ്കൂട്ടറിൽ കയറിയതാണ്. ബിഗ് ബസാറിന് മുന്നിൽ ഞാൻ ഇറങ്ങുകയും ചെയ്തു."

"നിന്റെ പാസ്പോർട്ട് പൊലീസ് പിടിച്ചെടുത്ത സ്കൂട്ടറിൽനിന്നും കിട്ടിയിട്ടുണ്ടല്ലോ."

"ഇല്ല സാർ, പാസ്പോർട്ട് പുതുക്കുന്നതിനു വേണ്ടി ടൗണിലേക്ക് വന്നതാണ്. സ്കൂട്ടറിന്റെ കൊട്ടയിൽ വെച്ചത് എടുക്കാൻ മറന്നതാണ്."

കുറ്റപത്ര പ്രകാരം ഒന്നാം പ്രതി സുനിൽദത്തും രണ്ടാം പ്രതി മാർട്ടിനും ചേർന്നു വേദന സംഹാരിയായി ഉപയോഗിക്കുന്നതും ലഹരി പദാർത്ഥ മടങ്ങിയതുമായ ക്യാൻസറിനും മറ്റും ഉപയോഗിക്കുന്ന Detxro proxy phene അടങ്ങിയ 25 വീതം കാപ്സ്യൂൾ അടക്കം ചെയ്തതായ 4 സ്ടിപ്പുകൾ വീതം മാർട്ടിന്റെ പാസ്പോർട്ട് സൂക്ഷിച്ചിട്ടുള്ള പ്ലാസ്റ്റിക്ക് സഞ്ചിയിൽനിന്നും സുനിൽ ദത്തിന്റെ പോക്കറ്റിൽനിന്നും കണ്ടെടുത്തുവെന്നും ഹൈസ്കൂൾ പരിസരത്തു വെച്ചു പൊലീസ് പെട്രോൾ ഡ്യൂട്ടി ചെയ്തു വരികെ സുനിൽദത്തിനെ അറസ്റ്റ് ചെയ്തുവെന്നും മാർട്ടിൻ ഓടിക്കളഞ്ഞതിനുശേഷം വീട്ടിൽ വെച്ചു അറസ്റ്റ് ചെയ്തുവെന്നുമാണ് കേസ്.

രണ്ടാം പ്രതി മാർട്ടിനാണ് എന്റെ മുന്നിലുള്ളത്. നീചമായ പ്രവൃത്തിയാണ് പ്രതികൾ ചെയ്തിട്ടുള്ളത്. വിദ്യാർത്ഥികളെ മയക്കുമരുന്നിന് അടിമയാക്കുക എന്നത് മാപ്പർഹിക്കാത്ത കുറ്റമാണ്.

മയക്കുമരുന്നു കേസുകൾ വിചാരണ ചെയ്യപ്പെടുന്ന സ്പെഷ്യൽ കോടതിയിലെ കേസുകളിൽ ഞാൻ താല്പര്യം എടുക്കാറില്ല.

മാർട്ടിൻ കേസിന്റെ സമൻസുമായി വന്നപ്പോൾ ഞാൻ ഒഴിഞ്ഞു

മാറാൻ ശ്രമിച്ചു.

മാർട്ടിൻ കരഞ്ഞുകൊണ്ട് പറഞ്ഞു.. "ഞാൻ നിരപരാധിയാണ് സാർ, സാറ് തന്നെവന്ന് എന്നെ രക്ഷപ്പെടുത്തണം."

മാർട്ടിന്റെ അച്ഛൻ എന്റെ ഒരു പഴയ കക്ഷിയാണ്. ഒന്ന് രണ്ട് സിവിൽ കേസുകൾ നടത്തിയിട്ടുണ്ട്. വളരെ മാന്യനായ മനുഷ്യൻ.

"അച്ഛന് സുഖം തന്നെയല്ലേ?" ഞാൻ ചോദിച്ചു

"അച്ഛൻ കഴിഞ്ഞ മാസം മരിച്ചു പോയി സാർ..?"

"ഓ, അങ്ങനെയോ.." ഞാൻ വിഷമത്തോടെ പറഞ്ഞു.

മാർട്ടിന്റെ അച്ഛനോടുണ്ടായിരുന്ന സ്നേഹവും മാർട്ടിൻ നിരപരാധിയാണെന്നുള്ള തോന്നലുമാണ് അയാളുടെ കേസ് ഏറ്റെടുക്കാൻ എന്നെ പ്രേരിപ്പിച്ചത്.

മാർട്ടിന്റെ കൈവശത്തു നിന്നും ഗുളികൾ പിടിച്ചെടുത്തിട്ടില്ലെന്നും അയാൾ യാദൃച്ഛികമായി വണ്ടിയിൽ കയറിയപ്പോൾ പാസ്പോർട്ട് വണ്ടിയിൽ വെച്ചു മറന്നതാണെന്നുള്ള വാദങ്ങൾ നടത്തിക്കൊണ്ട് മാർട്ടിനെ കേസിൽനിന്നും രക്ഷപ്പെടുത്തി.

ഒരു വർഷത്തിനുശേഷം, കെ പി എസ് സ്കൂളിൽ ഒരു സിമ്പോസിയം ഉദ്ഘാടനം ചെയ്യാൻ വേണ്ടി അവിടെ എത്തിയപ്പോൾ ഹെഡ്മാസ്റ്റർ പുഞ്ചിരിച്ചുകൊണ്ട് പറഞ്ഞു: "സാറിനെ അന്ന് കോടതിയിൽ വെച്ച് കണ്ടതിന് ശേഷം ഇപ്പോഴാണ് കാണുന്നത്"

പെട്ടെന്ന് ഞാൻ മാർട്ടിൻ കേസിന്റെ കാര്യം ഓർമ്മിച്ചു. ഹെഡ്മാസ്റ്റർ സംഭവസ്ഥല മഹസ്സർ സാക്ഷിയായിരുന്നു.

ലഹരി വിരുദ്ധ സെമിനാറിനെക്കുറിച്ചു സംസാരിക്കവേ ഹെഡ്മാസ്റ്റർ പറഞ്ഞു:

"സർ, ആ മാർട്ടിനെ രണ്ടാമതും പൊലീസ് പിടിച്ചു. സ്കൂൾ കോമ്പൗണ്ടിൽ നിന്നും മയക്കുമരുന്നു ഗുളികകളോടെ."

"നിങ്ങൾ കണ്ടതാണോ."

"ഞാൻ ദൃക്സാക്ഷിയാണ്. വിദ്യാർത്ഥികൾ അവനിട്ട പേര് ഗുളികൻ എന്നാണ്."

മാർട്ടിൻ എന്ന സുന്ദരനായ ചെറുപ്പക്കാരന്റെ വികൃതരൂപം അപ്പോൾ എന്റെ മനസ്സിൽ തെളിഞ്ഞു. കാലന്റെ രൂപത്തിൽ.

ആണിരോഗവിദഗ്ദ്ധൻ

"പുത്തൻകണ്ടത്തിലേക്ക് പോകുമ്പോൾ പുതുവയൽ പാലം കഴിഞ്ഞ ഉടനെ ഇടതുവശത്ത് താഴോട്ട് ഇറങ്ങാനുള്ള പടികൾ കാണാം. പടികളിറങ്ങിച്ചെല്ലുന്നതു പുഴയോരത്താണ്. പാലത്തിനടിയിലൂടെ ഇടതു വശം ചേർന്നു അല്പം നടന്നാൽ തിലകൻ വൈദ്യരുടെ മരുന്നു കട യായി" ഷീജയാണ് വഴിപറഞ്ഞു തന്നത്.

കാലിനടിയിൽ കുപ്പിച്ചില്ല് തറച്ചെന്നാണ് ആദ്യം കരുതിയത്. ഇട തുപാദത്തിനടിയിൽ ഇടതുവശത്ത് ചെറിയൊരു തടിപ്പ് വിരലുകൾ കൊണ്ട് അമർത്തിനോക്കിയപ്പോൾ എന്തോ ഒന്ന്, കുപ്പിച്ചില്ലോ മുള്ളോ ഉള്ളിൽ കിടക്കുന്നതായി അനുഭവപ്പെട്ടു. നേരിയ വേദനയുണ്ട്. രാജേ ന്ദ്രൻ ഡോക്ടർ കീറിനോക്കിയെങ്കിലും ഒന്നും കണ്ടെത്താനായില്ല. കീറി യഭാഗത്ത് വീണ്ടും പഴയതുപോലെ തടിപ്പും വേദനയും അനുഭവപ്പെ ട്ടു. പാദം അമർത്തി വെച്ച് നടക്കാൻ പാടുപെടുന്നതു കണ്ടപ്പോൾ ഷീജ പറഞ്ഞു: "ചേച്ചി, കാലിൽ ആണിയുണ്ടെന്ന് തോന്നുന്നു."

"ആണിയോ?" അതു വരെ അങ്ങനെയൊരു ചിന്ത എന്റെ മനസ്സി ലൂടെ കടന്നുപോയിട്ടില്ല.

"നോക്കട്ടെ, നോക്കട്ടെ" എന്നു പറഞ്ഞുകൊണ്ട് അവൾ എന്നെ കസാലയിൽ പിടിച്ചിരുത്തി. കോലായയുടെ അറ്റത്തിരുന്നുകൊണ്ട് അടി ഭാഗം തൊട്ടു നോക്കിയും, കൈവിരലിലെ നഖംകൊണ്ട് തടിപ്പുഭാഗം കോറിക്കൊണ്ട് അവൾ പറഞ്ഞു, "ഇത് ആണിതന്നെ."

"എന്റീശ്വരാ," ഞാൻ അറിയാതെ ഒച്ചവെച്ചു.

സിനിമയിൽ, മാള അരവിന്ദൻ ആണിരോഗം ബാധിച്ച് നടക്കാൻ പാടുപെടുന്ന ദൃശ്യങ്ങൾ മനസ്സിൽ തെളിഞ്ഞു. മാളയുടെ കരച്ചിൽ കലർന്ന ശബ്ദങ്ങൾ ചെവിയിൽ മുഴങ്ങുന്നു.

"ങ്ങള്, തിലകൻ വൈദ്യരെ കാണൂ, അയാൾ ആണിരോഗ വിദ ഗ്ദ്ധനാണ്" ഷീജ പറഞ്ഞു.

പുതുവയൽ പാലം കടന്ന് പുത്തൻ കണ്ടത്തിലേക്ക് പലതവണ പോയിട്ടുണ്ടെങ്കിലും തിലകൻ വൈദ്യരെക്കുറിച്ചോ മരുന്നു കടയെക്കു റിച്ചോ എനിക്കറിയാൻ പറ്റിയിട്ടില്ല.

പാലത്തിലൂടെ കടന്നുപോകുമ്പോൾ വൈദ്യശാല കാണില്ലെന്നും, പാലത്തിനടിയിലൂടെ പോകണമെന്നും ഷീജ ഓർമ്മപ്പെടുത്തിയിരുന്നു.

ഒരു സന്ധ്യാ നേരത്താണ് വൈദ്യരെ കാണുന്നതിനായി അജയേട്ട നോടൊപ്പം യാത്ര തിരിച്ചത്. സന്ധ്യയുടെ ചുവപ്പ് പുഴവെള്ളത്തിൽ അലിഞ്ഞു തുടങ്ങിയിരുന്നു. പാലത്തിന് മുകളിൽ കൈവരികളിൽ ചാരി നിന്നുകൊണ്ട് ചൂണ്ടയിടുന്നവർ. നിറഞ്ഞൊഴുകുന്ന പുഴയുടെ ഇരുവശ ങ്ങളിലുമായി പച്ചമതിൽ തീർത്ത കണ്ടൽക്കാടുകൾ.

പാലം കടന്നതിനുശേഷം ഇടതുവശം ചേർന്നു അജയേട്ടൻ കാർ നിർത്തി. ചവിട്ടു പടികളിറങ്ങി പുഴയോരത്തു എത്തുമ്പോഴേക്കും ഇരുട്ട് വീണു തുടങ്ങിയിരുന്നു. പുഴയുടെ നിശ്ശബ്ദതയിൽ ചീവീടുകളുടെ സീൽക്കാരം നേരിയ സംഗീതമായി ചെവിയിൽ മുഴങ്ങിത്തുടങ്ങി. അജ യേട്ടൻ മൊബൈൽ ഫോണിന്റെ ലൈറ്റ് തെളിയിച്ചു. വെളിച്ചം കുറഞ്ഞ വഴിയിലൂടെ നടക്കുമ്പോൾ നേരിയൊരു ഉൾഭയം. അജയേട്ടന്റെ ചുമ ലിൽ തൊട്ടുകൊണ്ട് പതുക്കെ മുന്നോട്ട് നടന്നു. ഇപ്പോൾ പാലം തലയ്ക്ക് മുകളിലാണ്. പുഴവെള്ളത്തിൽ എഴുന്നു നില്ക്കുന്ന ഭീമാകാരന്മാരായ തൂണുകൾ! പാലത്തിന് മുകളിലെ വിളക്കുതൂണുകളിൽ പെട്ടെന്ന് വെളിച്ചം തെളിഞ്ഞു. അപ്പോൾ പുഴയുടെ നിറം പച്ചയായി. മനസ്സിൽ പച്ച വിരിയുന്നു. പുഴയുടെ തൂണുകൾ അപ്രത്യക്ഷമാവുകയും, പുതു വയൽപ്പുഴ ഒരു മധുര സംഗീതം പോലെ മനസ്സിലൂടെ ഒഴുകിത്തുടങ്ങി. പാലമില്ലാക്കാലത്തു കടവ് തോണിയിൽ മുരിക്കോളിക്കാവിൽ ഉത്സവം കാണാൻ പോയത്, പുലരുവോളം കാവിന് ചുറ്റുമുള്ള മണൽപ്പരപ്പിൽ വർണ്ണക്കലശങ്ങൾക്കിടയിൽ കൂട്ടുകാരോടൊപ്പമിരുന്നു ഉറക്കമൊഴിച്ചത്, പൂവാലന്മാരുടെ കടക്കണ്ണേറിയലിൽ ആനന്ദം കണ്ടെത്തിയത്, ഒടുവിൽ കലാശക്കൊട്ടലിൽ വെടി മരുന്നുകൾ ആകാശത്ത് വർണ്ണങ്ങൾ തീർക്കു കയും കണ്ണഞ്ചിപ്പിക്കുന്ന സ്ഫോടനത്തോടെ ഉത്സവത്തിന്റെ പര്യവസാ നത്തിൽ വെടിപൊട്ടിത്തീരുമ്പോഴേക്കും പുതുവയൽ കടവിലേക്കുള്ള ഓട്ടം. ആദ്യത്തെ തോണിയിൽ പുഴ കടന്നാൽ എളുപ്പം വീട്ടിലെത്താം. വൈകിയാൽ ആളുകൾ നിയന്ത്രണമില്ലാതെ തോണിയിൽ ചാടിക്കയ റും. വർഷങ്ങൾക്ക് മുമ്പ് ഒരു ഉത്സവകാലത്ത് തോണി മറിഞ്ഞു നാട്ടു കാരായ രണ്ടു ചെറുപ്പക്കാർ മരണപ്പെട്ടിരുന്നു. ആ വർഷം ഉത്സവം കഴി ഞ്ഞപ്പോൾ വിഷാദമായിരുന്നു മനസ്സ് നിറയെ.

"ഇതായിരിക്കും വൈദ്യശാല?"

അജയേട്ടന്റെ ശബ്ദം കേട്ടാണ് പുഴവെള്ളത്തിൽനിന്നും മനസ്സു ണർന്നത്.

പീടികയ്ക്കു മുന്നിൽ കോലായയിലും മുറ്റത്തുമായി നാലഞ്ചു പേർ നില്ക്കുന്നുണ്ട്. ജീർണ്ണാവസ്ഥയിലുള്ള ഒരു ഒറ്റമുറി കെട്ടിടം. കഴുക്കോലുകൾ കഷ്ടപ്പെട്ട് നിരതെറ്റിയ ഓടുകളെ താങ്ങി നിർത്തുന്നുണ്ട്. പീടികയ്ക്കുള്ളിലെ മഞ്ഞവെളിച്ചത്തിൽ പഴയ അലമാരയ്ക്കുള്ളിൽ പുതിയ ലേബലണിഞ്ഞ മരുന്നുകുപ്പികൾ തലപൊക്കി നില്ക്കുന്നു. വലിയ പ്ലാസ്റ്റിക്ക് ഡബ്ബകളിൽ ചെറിയ പ്ലാസ്റ്റിക്ക് കണ്ടെയിനറുകൾ നിറച്ച് വെച്ചിട്ടുണ്ട്.

മുറിക്കുള്ളിൽ വൈദ്യരെ കണ്ടുപിടിക്കാനായി കണ്ണുകൾ തിരഞ്ഞു. താടിവെച്ച ഒരു മദ്ധ്യവയസ്കൻ ഒരു കുപ്പിയിൽനിന്നും ചെറിയ കുപ്പിയിലേക്ക് മരുന്നു പകർന്നുകൊണ്ട് മറ്റൊരാൾക്ക് കൊടുക്കുന്നതായി കണ്ടു. കമ്പോണ്ടറായിരിക്കണം. അയാൾക്ക് പിന്നിലായി മുഷിഞ്ഞ തുണിയോട് കൂടിയുള്ള ഒരു ചാരുകസാല ഒരു മ്യൂസിയത്തിലെന്നവണ്ണം പ്രദർശിപ്പിച്ചിട്ടുണ്ടായിരുന്നു. വർഷങ്ങളോളമായി ആരും ഇടപെടാതെ കിടക്കുന്ന ഒരു ചരിത്രവസ്തു എന്നതുപോലെ. ഞാൻ ഏറെനേരം നോക്കി നിന്നു. കസാലയിൽനിന്നും കണ്ണുകൾ പിൻവലിച്ചു ഞാൻ അജയേട്ടന്റെ നേരെ നോക്കി. അജയേട്ടൻ കണ്ണുകൾകൊണ്ട് പോകാമെന്ന് ആംഗ്യം കാട്ടിയപ്പോൾ ഞാൻ അജയേട്ടന്റെ കൈ പിടിച്ചു പതുക്കെ വരാന്തയിലെ ബെഞ്ചിലിരുത്തി.

താടിവെച്ചയാൾ മറ്റൊരാളോട് രോഗ വിവരങ്ങൾ ചോദിച്ചറിയുന്നത് കേട്ടാണ് ഞാൻ വീണ്ടും ശ്രദ്ധിച്ചത്. ഇയാൾ തന്നെയായിരിക്കും തിലകൻ വൈദ്യർ. മുഷിഞ്ഞ മുണ്ടും ഷർട്ടുമാണ് വേഷം. കുറ്റിത്തലമുടിയിൽ അവിടവിടെയായി ജര ബാധിച്ചിട്ടുണ്ട്. അല്പം നീണ്ട താടിയിലും വെള്ളിരോമങ്ങൾ ചിതറിക്കിടക്കുന്നുണ്ട്. പത്തറുപതു വയസ്സ് പ്രായം കാണും. അവിടെ വന്നവർക്കൊക്കെ മരുന്നു നല്കി പണം കീശയിലിട്ടതിനുശേഷം അയാൾ ഞങ്ങൾക്ക് നേരെ തിരിഞ്ഞു.

"എന്താ വന്നത്?"

"കാലിന്റെ അടിയിൽ എന്തോ തറച്ചതുപോലെ."

അയാൾ മേശപ്പുറത്തു നിന്നും ടോർച്ചെടുത്തു ഞങ്ങൾക്കടുത്തേക്ക് വന്നു. ബെഞ്ചിലിരിക്കുന്ന എന്നോട് പാദത്തിന്റെ അടിവശം കാണിക്കുന്നതിനായി ആവശ്യപ്പെട്ടു.

ടോർച്ച് തെളിയിച്ച് പാദത്തിന്റെ അടിവശം തൊട്ടുനോക്കിക്കൊണ്ട് അയാൾ പറഞ്ഞു: "ഇത് ആണിയാണ്. ങ്ങളെന്താ രാത്രി വന്നത്? പകല് വരേണ്ടെ, എന്നാലല്ലെ ശരിക്കും കാണൂ."

ഞങ്ങളൊന്നും മറുപടി പറഞ്ഞില്ല. ഇങ്ങനെയൊരു വൈദ്യശാലയായിരിക്കുമെന്നും ഒരിക്കലും കരുതിയിരുന്നില്ല. കൺസൾട്ടേഷൻ മുറി പോലുമില്ലാതെ വൈദ്യരെ ആദ്യമായി കാണുകയായിരുന്നു.

അയാൾ പീടികയ്ക്കുള്ളിലേക്ക് പോയപ്പോൾ വീണ്ടും രണ്ടുപേർ വന്നു.

വൈദ്യരുടെ പേരുള്ള ബോർഡ് എവിടെയെങ്കിലും തൂങ്ങിക്കിടക്കു

ന്നുണ്ടോയെന്ന് കണ്ണുകൾകൊണ്ട് തിരഞ്ഞു. തലയ്ക്ക് മുകളിൽ നിരപ്പലകകൾ കോർത്തുവെക്കുന്ന ചാലുള്ള ഉത്തരത്തിന് മുകളിൽ ചോക്ക് കൊണ്ട് എഴുതിയതായി കണ്ടു "തിലകൻ വൈദ്യർ, രാവിലെ 9 മുതൽ 1 മണിവരെ ഉച്ച 3 മുതൽ 7 വരെ."

വൈദ്യർ മരുന്നുമായി പുറത്തേക്ക് വന്നു. ചെറിയ ഒന്ന് രണ്ട് പ്ലാസ്റ്റിക്ക് ഡബ്ബകൾ കൈയിലുണ്ട്. ചുവപ്പ് മൂടിയുള്ള പരന്ന പ്ലാസ്റ്റിക്ക് ഡബ്ബ തുറന്നു കാണിച്ചുകൊണ്ട് പറഞ്ഞു:

"ഈ തൈലം തീപ്പെട്ടിക്കോലോ ഈർക്കിലിയോ ഉപയോഗിച്ച് തോണ്ടിയെടുത്ത് ഉപയോഗിച്ചാൽ മതി."

അയാൾ ഒരു കോലെടുത്ത് തൈലം തോണ്ടിയെടുത്തു കാലിന്റെ അടിവശത്ത് കട്ടിയുള്ള സ്ഥലത്ത് തേച്ചുപിടിപ്പിച്ചുകൊണ്ട് പറഞ്ഞു. "രാത്രി കിടക്കുന്നതിന് മുൻപ് ഒരാഴ്ചക്കാലം തേച്ച് പിടിപ്പിക്കുക. ആ ഭാഗം പഴുത്തു ആണി പുറത്തേക്ക് പോകും. ഒരാഴ്ച കഴിഞ്ഞ് വരിക."

പെട്ടെന്നാണ് ഞാൻ അയാളുടെ മുഖം ശ്രദ്ധിച്ചത്. എവിടെയോ കണ്ടു പരിചയമുള്ള മുഖം.

മരുന്നിന്റെ പണവും കൊടുത്തു പുഴക്കരയിലൂടെ നടക്കുമ്പോൾ അജയേട്ടൻ പറഞ്ഞു:

"മ്യൂസിയത്തിൽനിന്നും പുറത്തു കടന്നതുപോലെ."

പാലത്തിന്നടിയിലൂടെ അപ്പോൾ കടന്നുപോയ തോണി ജലപ്പരപ്പിൽ ഓളങ്ങൾ സൃഷ്ടിച്ചു. ഓർമ്മയുടെ ഓളങ്ങളിൽ അലിയവെ തിലകൻ വൈദ്യരുടെ രൂപം ഒരു സ്ക്രീനിലെന്നവണ്ണം തെളിഞ്ഞുവരികയായിരുന്നു. രാജ് തിലക്!

"അതെ രാജ് തിലക്."

എന്റെ ആവർത്തിച്ചുള്ള ശബ്ദം കേട്ട് അജയേട്ടൻ ചോദിച്ചു. "എന്താണ് നീ പറഞ്ഞത്?"

"അയാൾ എന്റെ ക്ലാസ്മേറ്റാണെന്ന് തോന്നുന്നു അജയേട്ടാ, ബ്രണ്ണൻ കോളേജിൽ പഠിക്കുമ്പോൾ ബി എസിക്ക് ഒന്നിച്ചുണ്ടായിരുന്നു. രാജ് തിലക്. പിന്നീടയാൾ കോഴിക്കോട് മെഡിസിന് പഠിച്ചുകൊണ്ടിരിക്കുമ്പോൾ നക്സലൈറ്റ് എന്ന പേരിൽ പൊലീസ് സ്റ്റേഷൻ ആക്രമണ കേസിൽ അറസ്റ്റ് ചെയ്യപ്പെട്ടു എന്ന് പത്രങ്ങളിൽ വായിച്ചിരുന്നു."

"ഇത് രാജ് തിലക് തന്നെയാണ്"

"ഏത് രാജ് തിലക്?"

"തിലകൻ വൈദ്യർ"

ഞാൻ പുഴയിലേക്ക് നോക്കിക്കൊണ്ട് പറഞ്ഞു.

* * * * * * * * *

ഒരാഴ്ചകൊണ്ട് വൈദ്യർ പറഞ്ഞതുപോലെ ആണിരോഗം ഭേദമായി. അജയേട്ടന് ഓഫീസുള്ളതുകൊണ്ട് ഒറ്റയ്ക്കാണ് വൈദ്യരെ കാണാൻ പോയത്. ഉച്ച കഴിഞ്ഞ് മൂന്നര മണിയായിട്ടുണ്ടാകും. ജീർണ്ണിച്ചപീടിക മുറിയിൽ നിന്നുകൊണ്ട് ഒരു രോഗിയുടെ കണ്ണ് പരിശോധിക്കുകയായി

രുന്നു അയാൾ.

എപ്പോൾ വേണമെങ്കിലും നിലം പതിക്കാമെന്ന രീതിയിലുള്ള കെട്ടിടവും അഴുക്കുപിടിച്ച് കിടക്കുന്ന ചാരുകസാലയും, ഒരു ഭാഗത്തേക്ക് അല്പം ചെരിഞ്ഞു നില്ക്കുന്ന മരുന്നു കുപ്പികൾ നിറച്ച അലമാരയുമെല്ലാം ഭൂതകാലത്തിന്റെ പൂപ്പൽ പിടിച്ച ഓർമ്മകളിൽ എനിക്ക് തെറ്റു പറ്റിയോ എന്ന് ചിന്തിപ്പിക്കുന്നതായിരുന്നു. ഇല്ല അത് അയാളാവാൻ വഴിയില്ല. അയാൾ അലോപ്പതിയായിരുന്നു പഠിച്ചിരുന്നത്.

കണ്ണ് പരിശോധിച്ചുകൊണ്ടിരുന്ന രോഗിയിൽനിന്നും കണ്ണെടുത്തപ്പോൾ അയാളുടെ കണ്ണുകൾ പതിഞ്ഞത് തന്റെ കണ്ണിലേക്കായിരുന്നു. അയാൾ ഇരിക്കാൻ വേണ്ടി കൈകൊണ്ട് ആംഗ്യം കാണിച്ചു. രോഗിക്ക് മരുന്നു കൊടുത്തതിനുശേഷം അയാൾ എന്റെ അടുത്തേക്ക് വന്നു.

“ഉമയല്ലേ?” അയാൾ പതുക്കെ ചോദിച്ചു.

“അതെ.”

ഞാൻ അത്ഭുതത്തോടെ അയാളുടെ കണ്ണുകളിലേക്ക് നോക്കി.

“ഭർത്താവ് കൂടെ വന്നില്ലേ?”

“ഇല്ല. ഇന്ന് ഓഫീസുണ്ട്. രാജ് തിലകല്ലേ?” ഞാൻ സംശയത്തോടെ ചേദിച്ചു.

“അതെ.”

“അലോപ്പതിയായിരുന്നില്ലേ പഠിച്ചത്?”

“മെഡിസിൻ പൂർത്തിയാക്കാനായില്ല. പൊലീസ് സ്റ്റേഷൻ ആക്രമണക്കേസിൽ ശിക്ഷിക്കപ്പെട്ടു.”

സുന്ദരനായ രാജ് തിലക്. പഠിക്കാൻ മിടുക്കൻ. നല്ല പ്രാസംഗികൻ. കഥയെഴുത്തുമുണ്ടായിരുന്നു. എസ് എഫ് ഐയുടെ ചെയർമാനായിരുന്നു. പെൺകുട്ടികളുടെയൊക്കെ ആരാധനാപാത്രമായിരുന്ന രാജ് തിലക് വൃദ്ധനും ക്ഷീണിതനുമായി തന്റെ മുന്നിൽ നില്ക്കുന്നു. ഒരു പുരാവസ്തുപോലെ.

“രാജ് പിന്നീട് ആയുർവേദ കോളേജിൽ ചേർന്നോ?”

“ഇല്ല. അച്ഛൻ പാരമ്പര്യ വൈദ്യനായിരുന്നു. അച്ഛൻ മരണപ്പെട്ടപ്പോൾ ജീവിക്കാൻ വേണ്ടി വൈദ്യം സ്വീകരിച്ചു. ഈ ചാരുകസാല അച്ഛന്റെതാണ്.”

“കുടുംബം, കുട്ടികൾ?”

“ഇതുതന്നെ. അച്ഛന്റെ ചാരുകസാല, മരുന്നുകുപ്പികൾ.”

ഞാൻ പുഴയിലേക്ക് നോക്കി. പുഴ അപ്പോഴും നിശ്ശബ്ദതയോടെ ഒഴുകിക്കൊണ്ടേയിരുന്നു.

www.ingramcontent.com/pod-product-compliance
Lightning Source LLC
LaVergne TN
LVHW060136051026
849517LV00007B/2484